Tâm Ảnh Thơ

TRẦN KIÊM ĐOÀN

TRẦN KIÊM ĐOÀN

tâm ảnh thơ

NHÀ XUẤT BẢN LIÊN PHẬT HỘI
California - 2025

MÙA VU LAN - 2025

"Thơ là bóng của Tâm - in xuống dòng Vô Thường."

(Poetry is the shadow of the Mind - cast upon
the stream of Impermanence.)

Rev. Phuc Nguyen

LỜI ĐẦU SÁCH

"TÂM ẢNH THƠ" - Trần Kiêm Đoàn

NGUYỄN AN NHIÊN

Mẹ Việt Nam của những đàn con
Chân trời góc bể tấm lòng son
Quê nhà phương ngoại chung Lòng Mẹ
Thương Mẹ ai đành quên nước non

(Tâm ảnh Mẹ - TKĐ)

Bản thảo nằm gọn trong đôi tay và sau khi đọc xong nội dung tập thơ, cảm nhận đầu tiên của người đọc là tác giả Trần Kiêm Đoàn đã chọn cái tên thật chính xác cho tập thơ. Đúng như tên gọi, "Tâm Ảnh Thơ" là một tác phẩm kết tụ những mảnh hình đã khắc ghi vào tâm thức với trải nghiệm có tương tác và cảm xúc trong quá trình sống của tác giả, mà ươm thơ. Nói chung, nhiều bài thơ cho thấy, anh là một Người thơ hơn là một Nhà thơ. Thơ đã có sẵn trong trái tim đầy năng lượng và dễ rung cảm của anh và thi ca đến an trú trên mảnh đất tâm này. Có những bài thơ dài anh viết nhẹ nhàng như chuyện kể. Có những câu thơ rất văn xuôi nhưng đầy âm điệu được anh viết ra một cách tự nhiên như nói - những câu nói có vần. Nhà thơ có khi phải chế tác từng con chữ. Người thơ thì thể hiện cách sống và sử dụng ngôn từ thơ một cách dễ dàng qua thái độ và cốt cách. Xa quê nhưng không xa lòng, nhiều trong những bài thơ được anh viết qua năm tháng, người đọc rất cảm động, có khi vui thích bất ngờ, cũng có những đoạn thơ dí dỏm rất đáng yêu, có khi phải suy ngẫm.

Dòng chảy trong "Tâm Ảnh Thơ" được thể hiện rất tự nhiên, không kiểu cách, không phô trương. Thể thơ tự do viết cùng với những thể loại cổ điển khá quen thuộc: lục bát, song thất lục bát, thất ngôn, ngũ ngôn, câu sáu chữ, câu tám chữ... Với thể loại nào, anh vẫn giữ một chất giọng riêng: nhẹ, gợi cảm và tha thiết. Tiếng thơ anh hồn nhiên và sâu lắng. Nói chung, tập thơ là một tác phẩm văn học có vẻ giản dị, nhưng sâu sắc, quý giá.

Trần Kiêm Đoàn là một cây bút phong phú.

Khi viết văn xuôi như tản văn, bút ký, truyện khảo, truyện ngắn, truyện dài, anh tự tin, thông thái; khi viết các tiểu luận về Phật giáo anh nghiêm túc, cẩn trọng; trong những bài nghị luận chính trị anh thẳng thắn, sâu sắc, đôi khi rất thâm hậu... Thế nhưng, trong thơ, anh chân thật, lãng mạn, đôi khi đầy trắc ẩn, nhưng nói chung rất đỗi dịu dàng.

Trong tập thơ khoảng 120 bài, người đọc tìm thấy dễ dàng, trước hết là sự gắn bó và lòng yêu thương vô vàn của anh dành cho thân quyến: Cha, Mẹ và người bạn đời - mà nhất là Mẹ. Với anh, Cha Mẹ là quê hương. Người bạn đời là người tình ban đầu. Và Em là tình yêu từ tâm ảnh, là tri kỷ, là nàng thơ. Em cũng là Huế. Tình bằng hữu luôn ấm áp trong anh. Đặc biệt hương thiền bàng bạc trong khắp cả dòng thơ anh.

"Tâm Ảnh Thơ" là kết tủa từ những niềm riêng qua những cánh thư lòng, bằng nét bút đã tạo nên những áng mây dẫu chỉ lướt qua bên trời, nhưng trong khoảnh khắc đầy xúc cảm, sắc màu lam tím lung linh ấy đã trải dài đến tận hoàng hôn của kiếp người. Những bài thơ đượm tình quê hương, mang bóng dáng của Cha và hơi thở của Mẹ, gói ghém cảm xúc với người thương và cả hồi chuông trầm mặc từ một ngôi chùa xa... là ký ức yêu dấu anh đã in sâu vào tâm ảnh.

"Tâm Ảnh Thơ" là nguồn cảm xúc đầy vơi mà không bao giờ cạn: Tình tự và quê hương.

Là đứa con mồ côi Cha từ ba tuổi, anh xót xa hoài niệm: *Những đứa bé quê thời ly loạn. Lớn lên không được thấy cha mình. Đêm đêm heo hút căn nhà vắng. Tội mẹ buồn cúi mặt làm thinh* ("Còn Cha gót đỏ như son").

Mẹ ơi! Nếu có muôn ngàn vạn kiếp lai sinh... Con cũng chỉ xin được mãi làm con của Mẹ ("62, Nhớ mẹ mùa Vu lan").

Mẹ không phải là biểu tượng, mà là người thật. Sống

và lớn lên bên Mẹ, anh đã khắc hoạ vào tâm ảnh, Mẹ không phải chỉ là bậc sinh thành mà hiện thân của chịu đựng, sự lặng lẽ, nuôi nấng và hiến dâng cho các con không điều kiện. Tác giả viết như người vẽ chân dung về người thân, về chính mình bằng màu sắc từ ký ức - Mẹ và anh. Mẹ anh tuổi chín mươi, da mồi tóc bạc là Huế, là một phần linh hồn Tổ quốc của anh... Người Mẹ, qua thơ, được nâng lên như một vị bồ tát đời thường - người gìn giữ đạo lý không bằng giáo điều mà bằng từng giọt nước mắt, mồ hôi... Có những bài thơ anh viết về Mẹ rất cảm động, người đọc đã không giữ được nước mắt. Khi hay tin dữ "Mạ mất rồi": *Ôi thăm thẳm nghìn thu trời đại hải. Dẫu gào lên tiếng sóng cũng hư vô. Một giọt nước chứa muôn trùng biển cả. Mẹ hiền ơi khô cạn cả sông hồ* ("Tình Mẹ"). Rồi: *Áo Vu lan bông hồng còn Mẹ. Tủi mùa vui con khóc... Mẹ cười. Cuộc chiến tâm hồn quê người bóng xế. Mẹ vẫn còn dù chiếc bóng, Mẹ ơi!* ("Mẹ già, nhà trẻ").

Nếu quê hương là đất thì Mẹ anh là trời. Những bài thơ viết về Mẹ của anh, có khi ngắn như lời khấn, có khi dài như một khúc kinh. Thơ anh, nhiều khi, như một điệu buồn man mác: *Đã bao lần con lạc bước giữa đời. Tâm ảnh Mẹ hiện về như ánh mắt. Lòng Mẹ sáng chẳng bao giờ lay lắt. Dẫu tha phương mưa gió lộng đất trời.* ("Mẹ ơi"). Hay: *Tìm một đáy trăng dưới hồ không thấy. Tìm một tình mẹ giữa đời không nguôi. Một bữa trăng đi là một đêm bóng tối. Quãng đời vắng mẹ là chặng đời buồn thôi* ("Lòng Mẹ đáy trăng").

Kể tha thiết về Mẹ mà không nhắc thêm chút nữa về thành phố quê hương - Huế và Đạo trong thơ Trần Kiêm Đoàn là chưa đủ. Anh là người đàn ông rất giàu yêu thương và luôn sống tự nhiên với tình đạo. Quê hương trong thơ anh là "cõi không nhiên" của trần gian, nơi con người gắn bó không bằng quyền lợi mà bằng tình thương - một vẻ đẹp không thể đánh mất, ngay cả trong tâm của người ly hương, biệt xứ. Do vậy, dẫu chỉ có một "kiếp người", anh sống như đi trên con đường đạo - tỉnh thức với hiện tại và sẵn sàng hy sinh vì niềm thương quý cho người thương. *Ôi trắng quá không ngày mai quá khứ. Lối một chiều đi mãi tới hôm nay. Bến không nhiên hết thảy thế gian này. Chiều vũ trụ chẳng dài hơn chớp mắt* ("Về lại bến không nhiên"). Không phải là một hành giả đã chọn Pháp giới, anh vẫn an nhiên, mỗi thời tĩnh tại, đối bóng với hơi thở chính mình: *Ta chờ em ngày một lần mở cửa. Hoàng hôn về ngồi tựa với bình minh. Trong lặng im mình tự biết mình. Dòng chuyển hóa đi về không có nữa... Ta yêu ta yêu mình yêu hơi thở* ("Về lại bến không nhiên").

Đọc "Tâm Ảnh Thơ", người đọc không tìm thấy những bài thơ thuyết pháp, nhưng ý thơ của tác giả đã chạm tới tâm người. Trong cả dòng thơ, có khá nhiều hình ảnh quen thuộc như chỉ có nơi thiền môn: chuông chùa, khói hương, ánh trăng... nhưng tất cả đều được nhìn bằng con mắt thường tại, không cố gắng. Thỉnh thoảng, thơ có ý nghĩa của "sắc - không" - nói mà không nói, vạn pháp đều "như như", như thiền ngôn nói ra từ vô thanh. Ở đó, người thơ là kẻ rong chơi giữa cõi "vô thường", vừa thi sĩ vừa là hành giả, vừa cất bước mà cũng vừa buông bỏ. *Tình em như hạt bồ đề. Khi cho là nhận khi về là đi. Áo bay mặc gió sân si. Tâm Không rỗng lặng ngại gì đường xa. Bỗng dưng mùa hạ trời phương ngoại. Nắng xế vàng hanh ta nhớ em. Đời đã hoàng hôn mình lại gặp. Hát độc hành ca đi trong đêm* ("Như hạt Bồ đề").

Bên người bạn đời - Nhiều lúc, lòng anh vui như trẻ lại.

Một tâm hồn nghệ sĩ, một đạo tâm sống giữa kiếp người, anh không quên giữ một khoảng riêng ưu ái với người bạn đời. *Có những lúc đời vui như trẻ lại. Mặc thời gian xóa trắng dấu chân chim. Anh lại thấy chúng mình hai đứa trẻ. Trốn ngủ trưa núp bụi mẹ đi tìm. Sinh nhật em anh bỗng thành cậu bé. Vui hồn nhiên như sóng biển xô bờ. Tình yêu xưa chập chùng trên cát mịn. Nghĩa vợ chồng còn dấu ấn nguyên sơ* ("Chúc mừng sinh nhật Lê"). Và trong bài thơ "Thấy người áo đỏ một mình", anh viết: *Valentine năm nay. Thấy bên bờ biển xanh có một bà áo đỏ. Ngồi một mình giữa mùa Đông lộng gió. Đừng mặc tưởng là lúc nào cũng có... Mãi trăm năm ý hợp tâm đầu, nhất nhật tương phùng vi đại hảo, dù chỉ để cãi nhau,* nh*ưng vẫn còn có nhau. Một ngày kia nắng xế qua cầu.*

Tình người trong cõi tạm.

Bạn hữu trong thơ không phải là nhân vật phụ, mà là những tấm gương phản chiếu chân dung chính anh.

Trong những bài thơ gửi cho bạn, người đọc sẽ thấy một Trần Kiêm Đoàn khiêm tốn, biết ơn và đầy xúc động. Anh viết không để kể công, không để tìm sự hồi đáp, mà để ghi khắc một cảm tình, như kẻ đi qua một mùa hoa mà vẫn còn nhặt lại cánh hoa rơi cuối cùng. Chính những bài thơ ấy - có khi như một lá thư, có khi như những dòng nhật ký - đã tạo nên chiều sâu nhân bản cho "Tâm Ảnh Thơ". Tình bạn, tình người trong thơ anh không bị bi kịch hoá hay lý tưởng hoá. Nó bình dị, thẳng thắn, nhiều khi khôi hài, nhưng luôn mang cái nhìn bao dung và hóm hỉnh của người đã đi qua nhiều lẽ hợp tan mà không mất lòng tin vào điều thiện.

Xin hãy lắng nghe một khúc thơ anh viết tặng cho những người bạn thân năm cũ, đã từng gắn bó bên bờ cỏ sông Bồ: *Em! Sông Bồ yêu dấu, là Tình đầu khi chớm yêu, là Mẹ hiền thời niên thiếu, là Chị thương buồn lạc điệu, là Bạn quý tuổi măng tơ. Ba mươi năm biền biệt, tưởng chừng như giấc mơ. Thời gian triều hóa đá, vẫn xanh hoài như xưa. Sông vẫn sâu sao lòng tôi hóa cạn, ngại ra đi nên chẳng đến bao giờ* ("Ngõ Sông Bồ Tứ Hạ").

Và Em. "Tâm ảnh thơ":

Có bóng ai in giữa trang tâm,
Nhẹ như sương khói thoảng hương trầm.
Gối nghiêng mường tượng ân tình cũ,
Sông núi mờ xa vẳng diệu âm.

Em trong thơ anh bước ra từ tâm ảnh. Em là tri kỷ, là nàng thơ. Đôi khi giữa tri kỷ, tình yêu và hương thiền, tâm ảnh chồng chéo lên nhau: *Em ngủ lá sen xanh đáy mắt. Mảnh hồn du tử mịn như tơ. Yêu nhau chỉ sợ tình xao động. Mái tóc trầm hương xõa dại khờ.* Nơi một đoạn khác: *Em nhé Kinh ơi tình tri kỷ. Chuông ngân khánh điểm mõ gieo duyên. Trang kinh liễu nghĩa vì không tiếng. Có chữ lời không niệm tứ thiền* ("Đêm đọc Kinh thơ"). Và, không phải chỉ Em như sương khói, mà cả tấm tình yêu thương của anh cũng nhẹ như khói sương: *Em nhẹ như sương khói. Mơ hồ như khói sương. Bờ bên kia vời vợi. Đi một đời chưa tới. Hoàng hôn đã đến rồi. Về thôi em về thôi. Tóc mây pha màu bạc. Trầm hương xưa bát ngát* ("Em ngủ trên lá sen").

Có thể nói, đây là điểm nhấn trong cảm xúc thơ của anh. Người thơ yêu vẻ đẹp cao quý - sáng rõ như chân tâm: *Giữ lòng em cho anh trong sáng, như trăng thanh làm tỏa ánh mặt hồ. Em khai sáng tự trong dòng niệm tưởng, từ hiện tiền thấy rõ cả hư vô* ("Về lại bến không nhiên"). Tâm trong sáng và rất chân thành nhưng cũng có lúc anh như muốn đầu hàng với chính mình: *Về đi em thời gian không có tuổi. Mỗi ngày qua một bọt nước tan rồi... Dòng chuyển hóa vô tình như nhịp thở. Lạnh tuổi vàng đối bóng với nguyên sơ* ("Về lại bến không nhiên").

Và dường như rải rác trong toàn tập thơ, tâm đạo của anh cứ quấn quýt với hương thiền. Mỗi thời thiền buổi sáng hay hoàng hôn. Thời khắc đã trở thành cố định. Chút năng lượng an lành trao gởi với hư vô: *Ta chờ em ngày một lần mở cửa. Hoàng hôn về ngồi tựa với bình minh. Trong lặng im mình tự biết mình. Dòng chuyển hóa đi về không có nữa... Ta yêu ta yêu mình yêu hơi thở* ("Về lại bến không nhiên"). Ở một bài thơ khác: *Trong ánh hương trầm nghe tiếng mõ. Tiếng chuông khai mở nhịp cầu kinh. Phật đài bỗng hóa ra mây khói. Cụ già kia là Phật đã thành* ("Không"). Cũng như nhiều nghệ sĩ, trong đời sống đôi lúc, có "những chặng thật buồn", anh đã vịn vào thơ: *Có những chặng thật buồn, ngỡ như đời héo hắt. Bolero sến mòn réo rắt, "Vì sao và vì sao"... Có khi em là rừng, giọt vàng thu rưng rưng; Ngấn lệ thời phai cũ, thay lá mùa thiên thu. Trả lời khi đang hỏi: "Vì sao và vì sao." Đất trời dung hóa lại... Nửa giọt cũng ba đào.* ("Làm thơ đi anh").

Vẫn còn rất nhiều nét đẹp trong "Tâm Ảnh Thơ", người viết mong ngừng ở đây, xin để dành những khám phá thú vị và đáng yêu hơn cho các bạn đọc về sau.

Khép Lời đầu sách.

Người viết xin khép lại Lời đầu sách bằng một cảm niệm chân thành. Anh Trần Kiêm Đoàn - một ngòi bút tài hoa đã, đang và sẽ sống rất lâu trong lòng nhiều bạn đọc. Anh đã từng viết rất nhiều tác phẩm với nhiều thể loại trên nhiều sân chơi ngôn ngữ. Với Thơ, anh là người viết giản dị, lãng mạn, sâu sắc và rất giàu yêu thương. Trong tuyển tập thơ này, nếu đọc chậm và kỹ, lắng lòng nghe từ những con chữ được diễn đạt có vẻ như thoang thoảng, nhưng rất tinh tế, bạn sẽ hiểu ý nghĩa bên trong mà tác giả gởi gắm. Phải nói, anh đã vẽ lại từng mảnh tâm tình sâu sắc bằng những bức tranh ngôn ngữ có nghệ thuật, hồn nhiên nhưng rất đậm chất. "Tâm Ảnh Thơ" là một tác phẩm của tình yêu sâu lắng, đẹp mong manh như sương khói, phảng phất hương thiền, lặng lẽ và ấm áp... sẽ đọng mãi trong tâm người đọc.

"Về Huế". "Tu Bụi". "Tâm Ảnh Thơ". Có một lúc vui, anh nói: "Khi ra đi, "Về Huế" sẽ cùng đi theo nằm bên tay trái anh, "Tu Bụi" bên tay phải anh. Còn "Tâm Ảnh Thơ"? "Tâm Ảnh Thơ" sẽ nằm trên ngực anh..." Tất cả cùng trở về sắc không...

Người viết bỗng nhớ. Nhạc sĩ Trần Tiến khi nghe người bạn thân là ca sĩ Khánh Ly nói... "Như một lời chia tay", ông đã bật ra: Không! *"Cao bồi sống trên lưng ngựa, nghệ sĩ chị sống bên cây đàn."* Và ông đã viết ca khúc "Phiêu bạt". *"Cao bồi sống trên lưng ngựa, thằng du ca sống bên cây đàn. Cả hai sống đời lang thang... Cao bồi sống trong hoang mạc, thằng du ca sống xa quê nhà. Cả hai sống đời dạt trôi... Mai này kiếp nhân sinh gọi, buồn hay vui, cũng một cõi đời. Về với chân trời mây trắng... Cao bồi súng buông trên đồi, thằng du ca hát lời giã từ... Cả hai bay vào hư vô..."*

Thưa anh Trần Kiêm Đoàn, *"Cao bồi sống trên lưng ngựa, thi sĩ anh sống bên đời thơ..."*

Anh nhẹ nhàng, dễ thương, sâu lắng như Thơ.

Huế, 18/6/2025

CẢM ĐỀ "TÂM ẢNH THƠ"

TRẦN KIÊM ĐOÀN

Tuổi của thi ca cũng ngang tầm với tuổi của loài người. Người vừa già vừa trẻ, nên thơ cũng vừa non vừa chín. Dòng tiến hóa từ con người cổ sơ đến hôm nay là một dòng chảy tiếp nối - qua bao ghềnh thác thương ghét, ngọt đắng, buồn giận, yêu thương - mà tình yêu vẫn là cảm xúc ngự trị.

Tình yêu lứa đôi, tình thân quyến, tình yêu quê hương, tình yêu với thiên nhiên... là những nguồn mạch nuôi dưỡng sự sống.

Và khi đã có tình yêu, thì ngay cả sự im lặng cũng trở thành... thơ.

Bởi khái niệm về thơ mênh mông vô bờ, nên ít ai còn cất công đốt đèn gió soi rừng để đi tìm định nghĩa. Tìm định nghĩa thơ cũng như tìm bóng trăng đáy giếng - là cố nắm bắt một điều không tên, một làn hương cuối chiều. Thơ vừa có mặt đó, vừa tan biến đó. Khi tâm tĩnh lặng, thơ hiện lên như ánh trăng đáy nước; khi vọng động, thơ trở nên mơ hồ, tan loãng.

Thơ có thể bắt đầu từ một ánh nhìn, một hơi thở, một tiếng chim bay qua ngọn cây ký ức...

Hoặc Thơ cũng có thể là âm vang cuối cùng còn sót lại sau một cuộc tình, một nỗi đau, một giấc mơ chưa trọn.

"Không ai tắm được hai lần trên cùng một dòng sông"... là tâm ảnh thoáng qua mà thoáng hiện nghìn trùng của Heraclitus. Dòng đời luôn trôi, và chính ta cũng đổi thay. Mọi hình ảnh cuộc sống khi đi qua tâm đều để lại một dấu hằn - một vết in - một tâm ảnh.

Tâm ảnh là ảnh hiện từ tâm, là phản chiếu của những gì đã xảy ra, đang xảy ra, sẽ xảy ra... trong một dòng chảy bất tận mà thi ca có thể là chiếc thuyền chở theo dư vang.

Làm thơ là gom góp lại những vết in ấy bằng chữ nghĩa, để thấy rõ hơn bóng hình chính mình và của cuộc đời.

Làm thơ là khi biết làm thinh.

Thơ thường là tiếng nói của sự thinh lặng. Có những lúc ngồi yên, tâm khẽ động, thì thơ từ đâu hiện về - không mưu cầu, không chuẩn bị. Thơ đến như một người khách lạ, gõ nhẹ cửa lòng, rồi rủ rê ta ra ngồi với gió chiều, nắng sớm, sương mai...

Trong thế giới tĩnh lặng của thiền tâm, thời gian không còn cố định. Trong khoảnh khắc một chớp mắt, thời gian bùng nở như vạn kiếp. Mỗi ý niệm là một hạt giống sinh thành một đời sống mới.

Tâm Ảnh, vì thế, là nhãn giới của một hành giả nhìn đời, nhìn mình, nhìn vô thường và tiếp xúc với sự sống không qua lăng kính chấp thủ.

"Tâm Ảnh Thơ" là dòng suy tưởng nhỏ bé, khiêm cung, nhưng thiết tha bên tôi - trong niềm vui sinh khởi - gom nhặt lại những gì mình từng thấy, từng nghe, từng sống: hình ảnh, âm thanh, hoài niệm, mất mát, thương yêu...

Xin cảm ơn bạn Nguyễn An Nhiên, đồng môn Đại học Sư phạm Huế đã giúp tôi sưu tập lại những mảnh thơ còn nhớ và đã quên đó đây, để tạo nên một "Tâm Ảnh Thơ".

Xin mời bạn ghé thăm góc vườn thơ này. Không mang theo chấp trước, chẳng so bì hội luận tương tranh, chỉ cần một tâm thái thoáng lặng, một âm vang vô nhiễm như tiếng hót sơn ca, và một không gian tịch tĩnh là người làm thơ và khách xem thơ đã có nhau...

Tập thơ này xin được gọi là "Tâm Ảnh Thơ" - như một cách gom lại những mảnh vụn lung linh từ tâm khảm, soi rọi vào ký ức, kỷ niệm và hiện hữu. Đó có thể là ảo ảnh của giấc mơ hay ánh xạ của thực tại; là những cận ảnh đời thường hay viễn ảnh từ miền vô ảnh; là ám ảnh của chia ly và trầm tích của yêu thương; là những rung cảm từng được gọi tên là... thơ.

Trong nỗ lực tìm bóng hình của chính mình và những người thân yêu giữa dòng thời gian bất tuyệt, người viết đã lần theo từng bước chân ý niệm, từng giọt âm vang của nội tâm, từng mảnh rơi rụng của một đời sống gắn bó với Quê hương, Mẹ hiền, Thiền vị và Kiếp người.

Xin tạm kết lời bằng chính bài thơ mang tên "Tâm Ảnh" - như một mảnh lòng gửi bạn. Bài thơ này cũng là nhịp cầu nối giữa tâm tình của người viết và tri âm của người đọc, giữa bóng và hình, mộng và thực, đời và đạo:

Tâm Ảnh Thơ

Tâm Ảnh - là ảo ảnh những giấc mơ,
Là viễn ảnh khi lòng khơi nẻo lạ,
Là cận ảnh mỗi lần tâm hé nở,
Là ám ảnh buồn những phút chia xa.

Giữa dòng trong vô thủy đến vô chung,
Trôi biền biệt theo nhịp đời lặng lẽ,
Trong hội ngộ, chân dung thành hiện thế,
Thơ là tâm gom lại bóng muôn trùng.

Có bóng ai in giữa trang tâm,
Nhẹ như sương khói thoảng hương trầm
Gối nghiêng mường tượng ân tình cũ,
Sông núi mờ xa vẳng diệu âm.

Tràng hạt mưa dầm Huế tím bay,
Vách xưa rêu phủ dấu chân ai,
Chắp tay về gọi em tiền kiếp,
Một thuở quên người tâm ảnh phai.

Lá rụng rơi đêm không tiếng động,
Mây qua chẳng vướng chút hư không,
Tâm ảnh hiện về như pháp ảnh,
Mỗi nhánh thơ - một đóa vô chung.

Tìm lại đây vài mảng thuyền xưa,
Xuôi dòng trăng cũ bến tiêu sơ,
Tha hương phương ngoại chiều cô tịch,
Có mẹ cùng em và tiếng vọng thơ.

Sacramento - Tháng 7/2025

1

“Tâm Ảnh Thơ” - dòng cảm xúc từ tâm -
đầy vơi mà chẳng bao giờ cạn.
Đó cũng chính là điệu sống chuyển vần theo
duyên tan hợp của Tình tự và Quê hương.

Những đứa bé quê thời ly loạn
Lớn lên không được thấy cha mình
Đêm đêm heo hút căn nhà vắng
Tội mẹ buồn cúi mặt làm thinh.

Còn Cha Gót Đỏ Như Son

Còn cha gót đỏ như son
Một mai cha mất gót con thâm sì
Ca dao vẽ bóng biệt ly
Mồ côi ba tuổi bước đi giữa đời

Những đứa bé quê thời ly loạn
Lớn lên không được thấy cha mình
Đêm đêm heo hút căn nhà vắng
Mẹ tội buồn cúi mặt làm thinh

Ngày mới lên ba tôi mất cha
Mấy hàng tre kẽo kẹt quanh nhà
Tôi cười níu áo người đang khóc
Chưa biết buồn đau nỗi mất cha

Ngày tuổi lớn bắt đầu đi học
Tôi sững sờ nghe mắng bên tai
Con không cha như nhà không nóc
Nắng không lên sau một đêm dài

Rồi những tháng ngày quê khói lửa
Mẹ gánh con bên thúng khoai đầy
Chắt chiu một phiến đời chia nửa
Tiếng vỗ nào của một bàn tay

Hồn ca dao tình tự nước non
Mẹ suối nguồn, cha núi Thái Sơn
Gót chân thâm tím đau lòng mẹ
Cha đâu còn mà gót đỏ như son.

Tháng Chạp kỵ Cha 1985

Mẹ Ơi

"Đã bao lần con lạc bước giữa đời
Tâm ảnh Mẹ hiện về như ánh mắt
Lòng Mẹ sáng cả khi còn hay mất
Dẫu tha phương mưa gió lộng đất trời."

Lần cuối cùng gặp Mẹ tôi - Mùa đông 1992.
Phi trường Phú Bài, Huế - Việt Nam.

Tâm Ảnh Mẹ

Hôm nay là Ngày của Mẹ,
Ba mươi năm rồi vắng Mẹ:
nhưng càng già con thấy Mẹ càng rõ hơn.
Tuy mắt mờ, trí loãng và cảm xúc mỏi mòn,
Dòng đời trôi đi và những đám bèo xa
nguồn về xuôi không trở lại.

Con đã sống, đã đi rất nhiều nơi trên thế giới...
Đêm một mình trên kinh đô ánh sáng Paris;
bước đi trên con đường Champs-Élysées
đẹp nhất thế giới
mà vẫn mãi nhớ con đường làng xưa
quê mẹ diệu kỳ.
Trèo lên nấc thang cao nhất của tượng Nữ
Thần Tự Do New York mà nhớ rổ rau trên tóc
Mẹ xanh rừng.
Và trùng trùng những kỳ quan nhân loại
đều nhòa đi khi ảnh Mẹ hiện về.

Dáng Mẹ đã thành Tâm ảnh trong con.
Tâm ảnh là những vết đời khắc họa trong tim,

trong sáng thế và vĩnh hằng ký ức.
Mẹ đi không để lại cho con gia tài vàng bạc,
chỉ để lại dáng đi cô tịch những chiều quê.
Đã xa lắm giọng ru khuya vọng
qua mái hiên run gió,
và bàn tay vá trời phủ đất làm dịu
những vết thương đời.

Mẹ không học triết lý xa xôi, không nương theo
những mảng đời ảo ảnh mà sống từng ngày
như một câu kinh bất tận, hiểu lòng trước khi
hiểu lời,
tha thứ trước khi bị tổn thương.
Đã bao lần con lạc bước giữa cuộc đời,
tâm ảnh Mẹ hiện về như ngọn đèn khuya -
đốm sáng Mẹ không bao giờ tắt,
dù gió thời gian có lộng đến đất trời.

Mẹ đã từng khóc khi không ai nhìn thấy,
đã từng cười khi con tưởng đó là điều tự nhiên.
Nhưng vũ trụ chẳng có gì tự nhiên
nếu vắng bóng năng lượng bao trùm sự sống.
Con lớn lên trong tình thương Mẹ -
như cây trong đất, như trăng trong nước,
dẫu thấy hay không vẫn thấm sâu từng giọt...

Natomas, 11 tháng 5, 2022

Tâm Ảnh Thời Gian

Cuộc đời như dòng nước chảy
Đầu nguồn, giữa độ, biển khơi:
Tuổi xanh, tuổi đá, tuổi vàng
Trải ba chặng đời phiêu lãng

Tuổi xanh - thuở mới vào đời
Đầu nguồn tâm trong mơ ước
Cơm cha áo mẹ chữ thầy
Tương lai trần lao xuôi ngược

Tuổi đá - bước giữa đời thường
Nhiệt tình vươn mình thử thách
Thành bại được thua khí phách
Dấn thân trải nghiệm làm người

Tuổi vàng - ánh hoàng hôn rơi
Niên hạc cao đời ngắn lại
Nẻo về trùng dương đại hải
Tâm không thư thái an hòa

Ba chặng đường, một đời ta
Lưu dấu nụ cười tâm ảnh
Dẫu mai sau ngàn giọt lệ
Cũng vui như tiếng cười xòa

Sacramento, tháng 5/2025

Tình Mẹ

Tháng bảy cuối mùa sen kết hạ
Chuông xưa canh vắng vọng đêm dài
Chân quê bóng cả nương lòng mẹ
Cho dẫu nghìn năm vạt áo phai

Mẹ đã về đây giữa cuộc đời
Như dòng suối mát tự ngàn khơi
Mênh mông tình mẹ sao khuya sớm
Soi những đường tơ ngọt tiếng cười

Con là miếng vá sau lưng mẹ
Chiếc bóng lưng gầy ủ chút hơi
Áo mỏng sờn vai chia mấy mảnh
Mồ hôi nước mắt cám ơn đời

Mẹ chẳng có gì riêng của Mẹ
Tình yêu đôi lứa cũng chưa đầy
Trái tim của Mẹ trong nhà vắng
Là áng mây trời lặng lẽ bay

Con lớn lên làng xóm tan hoang
Giặc đốt, nhà tan, cháy ruộng vườn
Dẫu tay trắng nhưng vẫn còn tình Mẹ
Thì trần gian thấp thoáng bóng thiên đường

Ngày con lớn mỗi năm thêm một tuổi
Xuân trong con đổi dáng Mẹ thu về
Con vươn dậy gánh vai đời trĩu nặng
Mẹ âm thầm vun xới mảnh tình quê

Rồi một ngày con bỏ mẹ mà đi
Khô như đá sao ngấm đầy nước mắt
Ôm Mẹ gượng cười lòng đau như cắt
Vượt biển ghe nan ai dám hứa quay về

Sóng gió biển trời tình Mẹ tình quê
Giữa tuyệt vọng chớm ươm mầm hy vọng
Trong sóng gào gió cuốn: Mẹ ơi
Đêm bão trùng dương vẳng tiếng mẹ cười

Hơn nửa đời sau con sống ở quê người
Một luống cải cũng làm con nhớ Mẹ
Chén mắm dĩa rau suối cũ cứ khơi nguồn
Trời phương Đông mắt lệ có vơi buồn

Bao quay quắt nỗi vui buồn khép mở
Nắng quê mình con lưu lạc nơi mô
Xóm cũ nhà xưa hun hút Mẹ chờ
Dòng ký ức mỏi mòn giờ khép lại

Rồi một ngày con về quê thăm Mẹ
Giọng cười khan như vỡ cả khung trời
Mẹ nhìn con: "Mời chú vô chơi!"
Nhớ nhớ quên quên cuối đời dâu bể

Đời viễn xứ gặp vô vàn bóng Mẹ
Những kỳ quan vũ trụ trái tim người
Con vẫn thấy tim Mẹ mình lớn nhất
Có lời nào hơn hai tiếng "Mẹ ơi!"

Điện thoại nửa đêm tin "Mạ mất rồi!"
Ai chia được nỗi đau buồn sâu nặng
Trời quê hương đã lặn một vầng trăng
Lạnh tuổi vàng se sắt gió đông sang

Ôi thăm thẳm nghìn thu trời đại hải
Dẫu gào lên tiếng sóng cũng hư vô
Một giọt nước chứa muôn trùng biển cả
Mẹ hiền ơi khô cạn cả sông hồ

Xin cung chúc những người con còn Mẹ
Bên cạnh mình còn thiên nữ hóa thân
Trân quý Mẹ khi cửa đời chưa khép
Bằng thương yêu trong phước hạnh vô ngần.

Sacramento - Mùa báo hiếu 2015

Ngày Của Mẹ

Hai hôm nữa là Ngày của Mẹ
Trời phương Tây nhớ Mẹ phương Đông
Chim về tổ mẹ hiền che cánh mỏng
Mẹ nghìn trùng thương nhớ cả mênh mông

Mai vũ trụ có dâng thành nước mắt
Hành tinh này còn hạt bụi thinh không
Xứ vô tưởng vẫn còn hơi hướm Mẹ
Không gian ơi lòng Mẹ ngát vô cùng

Quê mình nghèo chinh chiến phân ly
Ngày trở về buồn hơn buổi ra đi
Quê xưa vắng Mẹ hồn nhang khói
Mother's Day - Ngày của Mẹ - Mẹ ơi

Mẹ Việt Nam là Mẹ của con
Bà Mẹ quê gói ghém vuông tròn
Nửa lưng chén cháo chia dăm dứa
Dĩa mắm cà thô cơm vẫn ngon

Mẹ Việt Nam của vạn đứa con
Chân trời góc bể chút lòng son
Gặp nhau còn nhớ con thương Mẹ
Thương Mẹ ai đành quên nước non

Nako - Ngày của Mẹ, tháng 5/2011

Mơ Bóng Vu Lan Có Mẹ Về

Dáng mẹ hiền khoai sắn chân quê
Tiếng ai còn đọng sau hàng tre
Vàng thu mới đó mà xa cũ
Mơ bóng Vu lan có mẹ về

Những nỗi đau đời không hẹn trước
Mẹ già con bỏ mẹ mà đi
Tha hương cố lý đời xuôi ngược
Nước mắt buồn thiu đọng những gì

Đợi mỏi mòn mẹ về quê hương
Quê hương của mẹ trời Tây phương
Chẳng phải bên trời xe ngựa ấy
Lối thiên thu xa khuất dặm trường

Vườn cau trước ngõ, bụi chuối sau hè
Nhớ mẹ quê tất tả con về
Cửa tre đôi cánh con lay gọi
Mẹ mất rồi chẳng có ai nghe

Rồi những Vu lan rằm tháng Bảy
Mắt trầm hương vẳng tiếng chuông chùa
Nhắc Mục Kiền Liên con nhớ Mẹ
Con một đời vọng mãi thu xưa.

Mùa Vu lan 2005

Lòng Mẹ Đáy Trăng

Tìm một đáy trăng dưới hồ không thấy
Tìm một tình mẹ giữa đời không nguôi
Một bữa trăng đi là một đêm bóng tối
Quãng đời vắng mẹ là chặng đời buồn thôi

Trăng có về đừng chiếu trên đồi mà bớt sáng
Mẹ có về đừng khóc mà bớt thương
Trăng chiếu lòng ta thôi trăng ơi
Mẹ thương con là mẹ của muôn đời

Trăng không chân mà đi hoài cô quạnh
Mẹ không mây mà tóc trắng bạc đầu
Trăng nhảy múa trên đồng từ vạn thuở
Mẹ âm thầm trong bóng tối sơ xưa

Trăng trầm tư một mình trên sông vắng
Mẹ che mình sưởi ấm cả đàn con
Trăng thanh, lòng mẹ không phai cũ
Kiếp kiếp lai sinh mẹ vẫn còn

Con khôn lớn ra đi như vầng trăng viễn xứ
Mẹ ở quê nhà mà giếng nước chờ trăng
Trăng đi rồi trở lại. Mẹ đi rồi không về
Giếng nước cũ không còn ngời bóng mẹ
Nước lưu ly không giữ lại đáy trăng
Có ai kể: Chuyện một thời cổ tích
Những nàng tiên: Rải cát giữa sông Hằng
Để ví cát sông Hằng không đếm được
Tới vô biên như Lòng Mẹ Đáy Trăng.

Trăng Venice - Mother's Day 1998

62, Nhớ Mẹ Mùa Vu Lan

Mẹ ơi! Nếu có muôn ngàn vạn kiếp lai sinh...
Con cũng chỉ xin được mãi làm con của Mẹ

Khi nắng xế bên hồ sen mãn nhụy
Hơi Hạ nồng lành lạnh thoảng hơi Thu
Mùa nhãn hết vỏ khô vàng dưới đất
Bầy dế mèn trũi mắt nhớ đêm mưa
Ngôi chùa cổ tiếng chuông chiều vọng tới
Mừng ân sư thêm tuổi Hạ cho đời
Thu lại tới mùa Vu lan trở lại
Hoa nhà ai cài trắng rụng thay lời
Lưu lạc xứ người Thu xưa vẫn đến
Mẹ có về từ cuối nẻo chân quê
Thăm thẳm nhớ nửa đời sau vắng Mẹ
Hồn Vu lan thương dáng cũ ai về

Đất vô tận Mẹ là hồn của đất
Trời bao la Mẹ là cánh chim mây
Nên hồn ấy chẳng bao giờ phai cũ
Và chim kia không xao xác lạc bầy
Rồi cũng đến tuổi Thu vàng tháng Bảy
Ngoái nhìn ta tóc bạc trắng bơ phờ
Trong hành lý tha hương còn giữ mãi
Hơi mẹ hiền manh áo cũ đơn sơ

Người ta dẫu có trăm ngàn vạn ức
Đời thênh thang lớp lớp nổi phù vân
Nhưng chỉ có một Mẹ hiền duy nhất
Sáu mươi hai nhớ Mẹ mùa Vu lan.

Napa Valley - Mùa Vu lan 2007

Mẹ Về, Mẹ Đi

Mẹ về từ cõi vô biên
Mẹ đi vĩnh viễn tới miền thiên thu
Thiên đường xưa bỗng hoang vu
Con đò Ca Cút mịt mù Mẹ ơi

Trăm năm bến cũ đời cô lữ
Sum họp nào rồi cũng chia ly
Kỳ quan vũ trụ so lòng Mẹ
Chẳng có nơi nao sánh diệu kỳ

Quê người quê Mẹ tình nhân thế
Mẹ vẫn chờ con ngóng mỏi mòn
Điện từ quê nhà tin Mẹ mất
Nửa đêm trăng lặn Mẹ không còn

Tha hương vĩnh biệt xa thăm thẳm
Bỗng thấy lòng đau cả nước non
Nén hương con thắp dâng về Mẹ
Lòng Mẹ cao vời như núi sông

Rước hết hồn thiêng đang ứa lệ
Là Mẹ Việt Nam, Mẹ của con.

Sacramento, Rằm tháng 5,
Quý Tỵ - 2013

Happy Mother's Day

Ngày của Mẹ không chỉ có hôm nay,
mà là cả cuộc đời con -
Bây giờ, lai sinh và mãi mãi;
mỗi hơi thở, mỗi giấc mơ,
đều mang dáng hình của Mẹ,
mà con chẳng bao giờ nói đủ thành lời.
Tâm ảnh Mẹ...
Mẹ ơi!

Natomas, Mother's Day
Ngày 25/11/2024

Mẹ Già Nhà Trẻ

Lời kể của cháu Linda:

Ba năm trước, con đã xếp hết việc nhà, việc sở lại để ở bên Mẹ sau ngày Mẹ bị tai biến nhẹ ở tuổi 70.

Từ đó, Mẹ không còn trí nhớ và mất hết cảm xúc vui, buồn, yêu, ghét bên con.

Mẹ như núi Thái Sơn cô quạnh và con như gã tiều phu.

Núi vẫn trơ trơ khi người tiều phu đầy cảm xúc sống quanh quất bên núi ngày lại ngày trông đợi một tin vui.

Tháng ngày qua, con đã khóc, cười bên gối Mẹ.

Nhưng khi sức lực và khả năng sống còn nơi xứ người gần cạn kiệt, con phải lựa chọn một con đường không còn sự lựa chọn là đưa Mẹ vào Nhà dưỡng lão Emerald Gardens Nursing Home.

Vâng, Mẹ ơi, "Nursing Home" là lối thoát sau cùng.

Một cõi "đợi ngày ra khuất núi!"

Một đời gieo neo, Mẹ đâu nỡ lìa con; con nỡ lòng nào xa Mẹ nhưng hoàn cảnh và số phận đã dang tay làm chủ khi con còn phải sống cho đời mình...

Mùa Vu lan báo hiếu lại về.

Ngồi im lặng từ trên chiếc giường đơn độc của nhà dưỡng lão, con biết Mẹ sẽ mở lớn mắt nhìn con như một cái bóng xa lạ và mỉm cười vu vơ.

Con thì thầm bên má Mẹ: "Con thương Mẹ lắm Mẹ ơi!", nhưng Mẹ không hiểu chuỗi âm thanh yêu dấu phát ra từ tấm lòng con thương Mẹ.

Con cầm tay Mẹ đặt lên môi con.

Tay Mẹ sẽ ấm lại và biết đâu, tình thương thiêng liêng sẽ giúp Mẹ cảm nhận thơ con từ trong dòng cảm xúc:

Mẹ Già, Nhà Trẻ

Ngày Mẹ sinh con tóc mây dợn sóng
Ngày con trưởng thành tóc Mẹ muối tiêu
Ngày con ra đi tóc xưa bạc trắng
Ngày con trở về lau lách đìu hiu

Tóc chỉ là gió sương
Mang tình thương của Mẹ
Gieo neo đời dâu bể
Đen bạc chẳng nề chi

Ca dao đồng vọng
Tình nghĩa sắt son
Như cơm với cá
Như mạ với con

Khi thương trái ấu cũng tròn
Đã thương không phải bồ hòn cũng thương:
"Công Cha như núi Thái Sơn
Nghĩa Mẹ như nước trong nguồn chảy ra"

Bên kia biển đã xa nguồn cố xứ
Mẹ quên rồi không nhớ nổi tên con
Thương mẹ lắm những đêm ngày trăn trở
Nỗi đau đời ray rứt héo hon

Đôi mắt Mẹ thuở trăng rằm đã xế
Ngó xa xăm không níu một chân trời
Tay Mẹ yếu tìm vai người nương tựa
Hoàng hôn rồi chỉ thấy bóng xa khơi

Con, Mẹ ơi! Chỉ có một cuộc đời
Cũng phải sống như người, như Mẹ
Manh áo miếng cơm tình thương chia sẻ
Ôm mẹ hiền con biết tựa ai đây

Đem Mẹ ra đi
Bước nghỉ lại dừng
Ngoái nhìn thơ dại
Đường xa khổ ải
Mắt buồn rưng rưng...

Nursing home - Nhà trẻ của người già
Níu kéo chia xa những bàn tay lạnh giá
Dưỡng lão viện là Nhà cô nhi tuổi già
đợi ngày khuất núi
Đếm tàn canh trông dáng Mẹ ngậm ngùi

Áo Vu lan bông hồng còn Mẹ
Tủi mùa vui con khóc... Mẹ cười
Cuộc chiến tâm hồn quê người bóng xế
Mẹ vẫn còn dù chiếc bóng, Mẹ ơi!

Emerald Gardens, mùa Vu lan 2008
(Viết và dịch ra English cho cháu Linda)

Hãy Tựa Vào Em

"Let it be me..."
Tặng Lê mùa Xuân thứ 43

Có khi em là mẹ
Có khi em là chị
Có khi em là bạn
Có khi em là người tình
Vì em là em...

Giữa cuộc đời vui buồn lẫn lộn
Vui muốn khóc buồn lại cười
Sáng và tối luật thừa trừ tạo hóa
Vũ trụ già tinh tú mọc xanh tươi
Nếu cuộc hành trình không thuận buồm
xuôi gió
Những lần roi quất rát mặt phong trần
Mỏi nản ê chề chí cả tiêu tan:
Hãy tựa vào em - trái tim của Mẹ.

Nếu đường xa mà chân mềm gót mỏng
Công dã tràng xe mãi cát phù vân
Chiều tàn lụi với hai bàn tay trắng:
Hãy tựa vào em - tay Chị tảo tần
Nếu cô độc vì đời không chịu hiểu
Sắc áo kính màu xâu xé oan khiên
Tràn cay đắng đêm về say lảo đảo:
Hãy tựa vào em - chia sẻ Bạn hiền

Không thể "nếu" thuở hoàng hôn chín ửng
Trăm suối nguồn sông núi quyện vào nhau

Quên trước quên sau tuổi già
không đứng vững:
Hãy tựa vào em - người Tình ban đầu.

Sacramento - Mùa xuân 2011

Mừng Sinh Nhật Lê

Ký ức thần tiên là trang giấy trắng
Nhìn sau lưng trước mặt bóng phù vân
Quên mọi vết cho dẫu là hạt bụi
Nhớ chi làm hoang hoải dấu thanh tân

Ta gặp nhau từ trang giấy đầu đời
Chưa viết chữ bóng trong ngần tĩnh lặng
Em o Huế cô học trò Thành Nội
Nhận thư tình mấy lớp gói trong khăn

Có lãng mạn bốn cửa thành khép kín
Sóng gió tâm hồn hồ Tịnh lục bình trôi
Tình học trò thơ ngây vời vợi
Ngực áo tên trường ghi dấu tuổi đôi mươi

Cớ chi chỉ là hồng nhan tri kỷ
Đẹp như thơ khắc dấu cổ thành
Vang tiếng trống điệu đà sên phách
Làm quân vương nâng vạt áo ái khanh

Đời vợ chồng là kim tự tháp tình yêu
Uy nghi mấy cũng ẩn nhiều góc khuất
Nhìn xa xăm là kỳ quan vời vợi
Tựa vai rồi gió cát đá hồng thôi

Sáu mươi năm bằng hoà bình chiến tranh góp lại
Mái xanh xưa giờ bạc trắng mây trời
Ba thế hệ một dòng đời tiếp hiện
Hơn nửa đời sau quê mẹ quê người
Mừng sinh nhật Bảy Mươi nhớ thời Mười Bảy
Hoa thời gian tàn nở mấy luân hồi
Sông Bồ, sông Hương về xuôi trôi mãi
Mình còn vui gác mái thuận theo đời.

Sacramento - Ngày 15/10/2022

Áo Hạc Vàng

Cưới em năm mười tám
Thực mộng tháng ngày trôi
Thời gian như cánh mỏng
Đám cưới Vàng năm mươi

Chung một chuyến tàu đời
Gian truân và hạnh phúc
Những bến tàu trong đục
Cau mặt và nụ cười

Vé một chiều còn hạn
Thì cứ chọn niềm vui
Quỹ thời gian dần cạn
Thì quên hết ngậm ngùi

Có những lúc đời vui như trẻ lại
Mặc thời gian xóa trắng dấu chân chim
Cứ tưởng lại một thời hai đứa trẻ
Trốn ngủ trưa núp bụi mẹ đi tìm

Nhắm mắt tưởng một thời mới biết
Vui hồn nhiên như sóng biển xô bờ
Tình yêu thoáng chập chùng trên cát mịn
Nghĩa ân tình còn dấu ấn nguyên sơ

Đời có nhau từ hai chiều sớm tối
Cuộc hành trình trăng lặn mặt trời lên
Trăm năm ấy tháng ngày quên hết tuổi
Lão ngoan đồng cùng mơ chuyện thần tiên

Sớm tối qua nhanh bốn mùa thay đổi
Buồn lá vàng độc ẩm với sương đêm
Mình còn có tuổi đá vàng sớm tối
Năm mươi năm còn tiếng vọng êm đềm.

Sacramento - Ngày 15/10/2018

Chúc Mừng Sinh Nhật Lê

Cưới em năm 18
Bây giờ tròn 70
52 năm vàng đá
Thực mộng tháng ngày trôi

Chung một chuyến tàu đời
Gian truân và hạnh phúc
Những bến tàu trong đục
Cau mặt và nụ cười

Vé một chiều còn hạn
Thì cứ chọn niềm vui
Quỹ thời gian dần cạn
Thì quên hết ngậm ngùi

Có những lúc đời vui như trẻ lại
Mặc thời gian xóa trắng dấu chân chim
Anh lại thấy chúng mình hai đứa trẻ
Trốn ngủ trưa núp bụi mẹ đi tìm

Sinh nhật em anh bỗng thành cậu bé
Vui hồn nhiên như sóng biển xô bờ
Tình yêu xưa chập chùng trên cát mịn
Nghĩa vợ chồng còn dấu ấn nguyên sơ

Đời có nhau từ hai chiều sớm tối
Cuộc hành trình trăng lặn mặt trời lên
Trăm năm ấy chúng mình quên hết tuổi
Lão ngoan đồng cùng mơ chuyện thần tiên

Đại dịch cách ly thu về lặng lẽ
Sợ lá vàng độc ẩm vắng sương đêm
Mình còn có hai tuổi già sớm tối
Song ẩm chung trà sinh nhật mừng em.

Natomas - Ngày 15/10/2020

Thấy Người Áo Đỏ Một Mình

Valentine năm nay
Thấy bên bờ biển xanh có một bà áo đỏ
Ngồi một mình giữa mùa Đông lộng gió
Đừng mặc tưởng là lúc nào cũng có

Mãi trăm năm ý hợp tâm đầu
Nhất nhật tương phùng vi đại hảo
Dù chỉ để cãi nhau
Nhưng vẫn còn có nhau
Một ngày kia nắng xế qua cầu
Và cặp đôi chỉ mỗi người một nửa
Trường vắng lặng tiếng nghìn xưa thân ái
Dù chỉ để thở dài cũng chẳng có ai nghe
Những nẻo đường xưa đôi bóng đi về
Giờ im lặng quặn buồn đêm tiếng dế

Sự nghiệp vinh hoa
Cửa nhà phú quý
Do mồ hôi nước mắt của hai người
Những vui buồn được mất thuở chung đôi
Thiên thu câm nín
Đời ý vị buổi đi về bịn rịn
Và hoang vu khi sớm tối một mình
Khi lá cuối đông lìa cành
Xuân sau sẽ trổ mầm trở lại
Người cô quạnh đã qua bờ đại hải
Một lần đi là đi mãi không về
Tuổi bạc đầu nhớ tới bạn bè
Nhắc một lời rất cạn mà sâu
Cãi nhau thì cứ cãi nhau
Nghĩ mai ly biệt qua cầu gió bay
Ngẫu hứng... Lý qua đường.

Valentine 2025

Không...

Cụ già quỳ lạy nhà sư trẻ,
-Bạch thầy: "Con về dưới Phật đài!"
Nhà sư vái trả mời an tọa:
Chúng ta đều là Phật tương lai!

Kiếp nầy tăng, tục trong hình tướng
Giác ngộ chắc gì ai trước ai.
Lão nhân vuốt nhẹ chòm râu cước:
"Quả thật hiền tăng trước Phật đài."

Ngày xưa khi Phật còn tại thế,
Hơn nghìn tu sĩ ở Vườn Nai
Khất thực trì bình thành Xá Vệ
Phật, Thánh, Tăng đơn giản giữa đời

Có một ngày giảng kinh Kim Cang
Trái tim nhà Phật giữa trần gian
Giày thô, chiếu cỏ không nghi vệ
Phật làm người khiêm hạ như Tăng

Thời gian qua hơn hai nghìn năm
Phật còn tại thế như trăng rằm
Tánh không, duyên khởi cao sâu quá
Ai còn, ai mất giữa mù tăm...

Trong ánh hương trầm nghe tiếng mõ
Tiếng chuông khai mở nhịp cầu kinh
Phật đài bỗng hóa ra mây khói
Cụ già kia là Phật đã thành.

San Antonio với Lê - Đầu mùa thu 2008

2

Bến Hoàn Không

Ta có thể rủ nhau về ký ức
Mà tìm quanh xa lạ chợt thân quen
Bè bạn vắng tuổi già đang muốn khóc
Ta là ai mà vô tướng không tên

Điếu Văn
Tưởng Niệm Giáo Sư Lê Văn

Vọng Tin buồn:
Giao thừa Dương lịch năm linh chín: (2009)
Được tin Thầy vĩnh biệt ra đi.
Trăng bỗng thành xanh ngùi bóng lạnh,
Trăm năm tứ đại có còn chi!

Nhớ Thầy xưa:
Xuất thân từ quê hương miền Trung nước Việt
Lý tưởng quốc dân, sĩ khí rỡ ràng.
Xuất dương sang Pháp học;
Một bước công thành, áo mũ vinh quang.

Vọng linh xưa:
Một tấm lòng son thương cố quốc,
Ánh sáng trời Âu, quê Mẹ ngậm ngùi.
Về đi thôi, quê hương đang đợi...
Thầy đã về. Xứ Huế chân trần đã tới.
Chí đại học cao vời mây Núi Ngự,
Mộng sinh viên xa thẳm nước Hương Giang...
Thầy là khoa trưởng đầu tiên Đại học
Sư phạm Huế,
Lập nên trường Kiểu mẫu cộng đồng
Và bao năm sau Sư phạm Sài Gòn,
Thầy trung kiên kham nhẫn một lòng,
Với thế hệ đàn em và lịch sử nước non,
Giữa thế sự thăng trầm, tang thương dâu bể,
Vững tay chèo cho tới bến trăm năm.

Nhớ hương linh Thầy:
Từ thuở đến quê người,
Mặt biển lặng cưu mang lòng sóng cả.
Tiếng Mẹ, quê người, văn chương, văn hóa...
Vẫn bảo lưu dòng Việt xa khơi.
Có lúc cuồng lưu, có thuở xanh trời,
Thầy đón nhận với nụ cười an lạc.
Nghĩa sống cho đời là những gì chân thật,
Phương danh rỡ ràng sau một giấc thiên thu.

Tưởng niệm Thầy:
Đồng nghiệp, đồng môn, đồng hương... đồng tâm cảm,
Học trò, học hiệu, học phái... học làm người,
Có bao nhiêu cái khác giữa đời,
Nhưng chung nỗi ngậm ngùi thương tiếc.
Học trò rơi lệ

Thái Sơn cao
Chi kể lể nụ xanh đời.

Hỡi ơi:
Tám mươi hai năm,
Sống gởi thác về,
Lò Tạo hóa khó bề xoay chuyển.
Có có không không hình hài hư huyễn,
Đến rồi đi như điện chớp lưng trời.

Cầu nguyện hương linh:
Về cõi an bình Thiên giới:
Nắm vô hạn trong bàn tay khép lại,
Thấy vĩnh hằng trong nhắm mắt phù du.
Tiễn đưa Thầy về cõi nghìn thu,
Xin chứng giám tâm thành bái biệt.

Trần Kiêm Đoàn
và một nhóm cựu Sinh viên ĐHSP Huế.
Khóa Phan Chu Trinh (1967-1970)

Món Nợ Ân Tình Trương Chi - My Nương

Cảm tác khi xem tranh:
"Giọt lệ My Nương"
Tranh dầu - Hoạ sĩ Thanh Trí
Minh họa cùng đề tài:

Xả thiền lặng ngắm tranh Thanh Trí
Uống chén trà mai thân thức tâm
Nghe dậy sắc màu khơi tiếng sáo
Hồn Trương Chi mấy kẻ tri âm

My Nương nghe sáo tự lầu son
Sóng nước canh tàn ai nỉ non
Có phải tiếng lòng đang trỗi dậy
Sóng tình nghiêng đổ chiếc thuyền con

Thân hiện nguyên hình tâm đâu mất
Thân đâu tâm đó bỗng vô duyên
Một trái tim đầm trong nước mắt
Nón cời áo rách gói mơ tiên

My Nương còn nợ tình oan nghiệt
Trói buộc nghìn năm ai nhớ mong
Trương Chi tình mộng trang hồ điệp
Giọt lệ ân tình đã trả xong.

Napa - Sớm cuối tuần - Ngày 25/10/2014

Trương Chi Chẳng Qua Là Ngấn Lệ

Bóng tối trải trên mầm hạnh phúc
Là khi tiếng sáo dậy trên sông
Mênh mông chiếc lá con thuyền vắng
Có điệu ai buồn hiu hắt không

Sửa lại trâm cài xiêm áo mới
Tiếng lòng run rẩy trôi mênh mông
Tình vút nghìn năm không trở lại
Cho dù bóng xế đỗ hay không

Nỗi đau như xé lòng nhân thế
Là dấu hoan tình của Mỵ Nương
Tay vịn lưng trời mắt đẫm lệ
Tiếng tiêu rơi xé khúc đoạn trường

Em cho một đời và tất cả
Tình đầu oà vỡ không biên cương
Khi một khối tình vươn sóng dậy
Tiếng lưng trời vỡ khúc yêu thương

Trương Chi một thoáng nhìn câm lặng
Khuấy lỏng tim mình trong giếng khơi
Một giấc hải đường không dậy nữa
Tình tan tiêu vỡ Mỵ Nương ơi

Yêu nhau ai tính còn hay mất
Chẳng quản riêng chung một kiếp đời
Không được tan tành trong đáy mắt
Thì tan trong ngấn lệ em cười.

Napa - 2014

Duy Ơi, Bạn Ra Đi Như Bóng Thu Về

Vĩnh biệt Hồ Đắc Duy

"Bác... Duy thôi đã thôi rồi,
Nước mây man mác ngậm ngùi lòng ta."
Mấy năm trước bạn ta gặp lại,
Ở quê người hải ngoại Cali,
Đọc thơ Nguyễn Khuyến - Dương Khuê,
Hứa suông sẽ "mượn ngày về tiễn nhau".
Cứ ngỡ tếu ngờ đâu lại thật,
Tin bạn hiền vừa mất hôm qua.
Quê hương, tình bạn quan hà,
Biển trời hai cõi phương xa mịt mờ.
Nhớ chi lạ thương hoài thuở nớ,
Bạn hơn mình vài tuổi ngây thơ.
Học trò Quốc Học vu vơ,
Thương o Đồng Khánh làm thơ... con mèo!
Đứa thầy thuốc đứa theo thầy giáo,
Mà tâm hồn gió bão văn chương,

Tài hoa chi giữa đời thường,
Thi ca, biên khảo... ngó đường mà đi!

Hồ Đắc Duy lương y khiêm nhã,
Hồ Đắc Duy đôi ngả văn đàn:
Hồn tự do là bóng trăng,
Mây che không khuất, gió tràn không lay.
Đường thế hệ Đông Tây kim cổ,
Đã xa rồi cái thuở Dương Khuê.
Ta quý nhau và lắng nghe,
Con đường Trung Đạo đi về an nhiên.
Mùa Vu lan chuông thiền đồng vọng,
Bạn ra đi như bóng Thu về,
Tình người, tình bạn, tình quê,
Thương thương, nhớ nhớ, lắng nghe bụi hồng.
Không hoàn không, chân không rỗng lặng,
Cõi đi về tự tánh bình an.
Duy ơi! Có một vầng trăng,
Sao Mai vừa lặn, bóng Hằng còn đây.

Sacramento, Cali, ngày tin bạn mất

Điếu Hương Tiễn Biệt Đoàn Tuyền Châu

Giữa lung linh,
Vật đổi sao dời,
Không lại hoàn không tánh về rỗng lặng.
Thế giới tâm linh huyền nhiệm bên trời
Buổi hóa thân sinh tử luân hồi
Xin tâm cảm tỏ đôi lời tiễn biệt.
Đoàn Tuyền Châu ơi!
Chỉ còn một ngày nữa thôi,
Thân tứ đại trở về cát bụi,

Mà anh linh còn đối bóng bên đời.
Bạn hiền ơi!
Từ Cali đất Mỹ xa xôi
Nghe tin bạn đi rồi!
Mình không khóc
nhưng bỗng buồn như năm xưa chiều biệt xứ.

Sống gởi thác về tấm thân cô lữ
Dẫu biết ra đi là cố lý quay về.
Châu ơi!
Còn phút này thôi giữa ta bà ngọt đắng,
Nói một lời thôi để muôn đời thầm lặng:
Bạn hiền xưa đã vắng,
Quỹ thời gian sông cạn đá mòn.
Ba năm mất tiếp ba thằng bạn,
Nối khố:
Ôi! QUYẾT, LINH, CHÂU đời đã mãn...
Tuổi vàng phai tụ tán giữa phù vân.
Nhớ linh xưa
Tuổi hoa niên,
Sư Lỗ Động, xứ Truồi non xanh nước biếc,
Những đứa bé quê từ làng lên Huế học,
Dòng họ chờ mong chữ nghĩa công thành.
Nhưng quê hương khói lửa chiến tranh.
Biển xanh, đồng xanh, mái tóc xanh...

Nhưng xung quanh,
Ngập tràn khăn tang trắng.

Chữ nghĩa thầy cô trĩu nặng
sân trường mắt lệ rưng rưng.

Hỡi quê hương,
Hãy khóc đi,
Cho một thời yêu dấu
Lên núi xuống đường
Tuổi trẻ về đâu
Những tâm hồn thương Mẹ tìm nhau
Bởi yêu tiếng hò ca dao
Như Cáo Bình Ngô lồng lộng
Yêu câu mái nhì mái đẩy gợi hồn dân tộc
Nhớ Nam Quốc Sơn Hà Lý Thường Kiệt oai linh
Con trai Huế
Có một giấc mơ:
Nhân bản, tự do, khai phóng.
Bởi dân Huế là hoa sen trong bể cạn,
Nên mơ về sóng cả trùng dương.
Lòng yêu nước đượm men nồng lãng mạn,
Dấn thân mình không tính toán bán buôn.
Thương bạn hữu kẻ còn người mất,
Sống trọn tình mà chết cũng khinh an.

Châu Nhẫn Linh Hoà Đức Quyết Ngẫu Thăng...
Đám bạn hữu chung thuyền chung hội,
Còn ở Huế, đi vào Nam
ra nước ngoài, sang bên kia thế giới
Vẫn thường gặp nhau trên sóng nghĩa giao tình
Giữa đêm dài mơ tới một bình minh.

Đoàn Tuyển Châu:
Như cây sậy tư duy.
Làm thơ CHUYỂN MÌNH vang vang hào khí.
Như cây gỗ gió đơn độc giữa rừng
lặng lẽ thấm kỳ hương
giữa bằng hữu thân thương.
Bên vợ hiền cháu con yêu dấu,

Đem tâm linh suy niệm,
Quẻ Càn Khôn hào hiển lộng chân trời.
Đoàn Tuyển Châu ơi!
Ba năm trước bạn nói về Tu Bụi,
như ngày xưa bạn viết Chuyển Mình.
Sáu mươi năm tình bạn thuở đời xanh,
Nay tóc trắng bạn ra người thiên cổ.

Châu ở Huế, Nhẫn ở Sài Gòn, Đoàn ở Mỹ
ba đứa một thời đã ví như Lưu, Quan, Trương.
Nay bạn ra đi rồi lấy nhớ làm thương,
nhớ mây trắng nhẹ trên đường dẫn bước,
thương an nhiên tự tại về Tây Phương.
Rất vi diệu chốn không còn tham luyến,
Cõi vĩnh hằng nơi rỗng lặng hư không.
Về đi thôi,
Đừng ngăn ngại
Chẳng chờ trông.
Thênh thang bước theo hào quang tiếp dẫn,
Một niệm Như Lai tới cõi Di Đà.
Châu ơi!
Bạn hiền
Thế giới người thân
Đồng tiễn biệt!

Sacramento, California
Ngày 17/5/2017

Điếu Thơ Tiễn Biệt Bạn Hiền Đoàn Phạm Tuý Linh

Túy Linh,
Hề...
Vọng kiếp nhân sinh!

Nhớ một buổi chiều ba tháng trước:
Bạn ngồi bên nấm đất tương lai,
Hỏi Huế có buồn, mưa có lạnh?
Bạn cười tiếng vọng chút sương phai:
"Tôi ngồi bên mộ của tôi, Buồn vui,
vinh nhục, chuyện đời đang qua!"

Đoàn Phạm Túy Linh ơi!
Lẽ ra bạn quý không khách khí,
Nói chuyện tâm tình thay điếu văn;
Khi bạn vẫn còn trên mặt đất,
Giây phút này đổi mấy muôn năm.
Sá chi mà kể điều dâu biển,
Lấy điếu thơ nầy thay điếu văn.

Linh hỉ!
Mình cố cười mà lau nước mắt,
Nhớ "tuổi già hạt lệ như sương".
Tỏ ra khí khái con trai Huế,
Một thuở đời xanh lấm bụi đường.
Cái thuở "Tau, Mi" chừ tiễn biệt;
Trời Cali mà ngỡ Huế thương.
Mình về Thành Nội không còn nữa,
Bạn đã đi rồi vắng bóng trưa.

Linh hè...
Còn nhớ ngày xưa,
Mở đầu cho những giấc mơ...
Con nhà giàu du học phương Tây,
Học trò nghèo nhà quê lên Huế học.
Chiếc xe đạp cũ mèm lọc cọc,

Cơm trọ ở nhờ bữa đói bữa no.
Nhưng cũng là may so với nhỏ ở làng,
Một thế hệ mạ nghèo lang thang lếch thếch.
Tụi mình gặp nhau chân trần đèn sách,
Thế giới cuộc đời bên chữ nghĩa Thầy Cô.
Rồi tụi mình cùng lớn lên không tính bằng ngày tháng,
Mà tính bằng bom đạn chiến tranh,
Súng vọng từ Trường Sơn lớp học rung rinh.
Áo mỏng, dép quai lo giày xô, áo trận...
Hỏng một kỳ thi là giấy hoãn dịch không về!

Hương Giang tĩnh nhưng tâm hồn dậy sóng,
Ngự Bình yên mà cảm xúc vỡ òa.

Nhớ thuở ấy...
Thời chia nhau phần ba điếu thuốc,
Làm gia sư kiếm sống tháng ngày qua.
Rất gian nan mà bão liệt giữa ta bà:
Mới sáng qua, mới chiều qua, mới tối qua...
Cả lũ bạn còn ngồi quán cà phê Tôn tán dốc,
Quán Hỏa Xa vui mấy xị Thiên Tường;
Mới mấy bữa nghe tin thằng tử trận,
Thằng đêm khuya lặng lẽ vượt Trường Sơn,
Thằng khan cổ xuống đường hô phản chiến.
Mình nhớ mãi có lần Linh hỏi:
Ta là ai, ta đã làm gì?
Khi nhìn trước, ngó sau, quay qua phải trái:
Mắt mù khơi đòi đoạn trắng khăn tang.

Tuổi trẻ Việt Nam,
Có đứa nào không yêu nước,
Lấm chân trần tội mẹ quý thương dân.
Tuổi học trò như hoa sen trong biển lửa,
Trái tim xanh rộn rã trống sân trường;
Khi dám chết chính là khi biết sống,
Đàn bồ câu đối mặt lũ kên kên.
Rác mưu đồ sơn phết nhãn Rồng Tiên,
Cuộc sống đẹp đâu quản gì sướng khổ.

Thế hệ mình là rứa đó Linh ơi.
Ôi những thằng con trai xứ Huế,
Sóng bạc đầu lại trôi dạt Thái Bình Dương.
Tâm hồn chung là giấc mộng Thiên Đường,
Nhưng oan nghiệt giữa bao tầng Địa Ngục,
Vẫn mỉm cười đi trọn bước phong sương.
Mới đó mà đã bảy mươi tuổi già tóc bạc,
Đứa ở quê nhà, dăm bảy đứa tha phương.

Đến rồi đi đời khách trọ bên đường,
Tâm thanh thản về quê hương rỗng lặng.

Ngoái lại sau lưng là đường xa mây trắng;
Nhìn lại trước mình là mây trắng đường xưa.
Tuổi bảy mươi...
Về hay chưa?
Cánh chim mỏi gió
Đợi chờ ai đây.

Linh ra đi.
Chiếc cầu xưa thao thiết,
Dòng sông xanh trôi về xuôi biền biệt;
Ân tình xa bến cũ tiễn chân người,
Thế hệ đàn em và bè bạn ngậm ngùi.

Chào tiễn biệt hoa tàn lộc mới,
Chốn trần gian cõi tạm phải quay về.
Linh hồn xưa giải thoát vọng chân quê,
Thân tứ đại sẽ về nơi khởi phát.

Túy Linh ơi!
Buông tất cả rỗng tay về an lạc,
Vòng quay tròn không lại hoàn không.
Cõi bình an hóa giải tự chân tâm,
Không lưu luyến chút tơ hào hình tướng.
Tiễn biệt bạn hiền,
Như mây trời tụ tán,
Nước mắt vàng đổ xuống đại dương xanh,
Chốn bình an về với cõi mây lành,
Thuyền Bát Nhã,

Qua bến bờ an lạc.
Kiếp kiếp nhân sinh,
Quay đầu thấy bến:
Hồi tâm thiện lành thấy bến như nhiên.

Sacramento, Đêm định tâm nguyện cầu
Ngày 26/2/2016

Ngõ Sông Bồ Tứ Hạ

*Tặng Vỹ Nghiêm, Lâm Vũ Nhi, Phương Anh Lợi,
Triệu Nguyên Phong, Anh Nghi, Kiêm Lai.*

Em không phải tình nhân,
Sao mang tên sông Bồ?

Em không cần che giấu,
Sao uốn khúc quanh co?
Em tuổi đời dâu biển,
Sao xanh hoài hư vô?

Người hiện thế hồng hoang,
Suối khe từ thuở nọ,
Như sông nước dịu hiền,
Vẫn bên Bồ bên lở.

Tôi xa quê ba mươi năm,
Chiều nay về bên em.
Ngõ sông Bồ Tứ Hạ,
Mưa bụi vờn lâm râm.

Em! Sông Bồ yêu dấu,
Là Tình đầu khi chớm yêu,
Là Mẹ hiền thời niên thiếu,
Là Chị thương buồn lạc điệu,
Là Bạn quý tuổi măng tơ.
Ba mươi năm biền biệt,
Tưởng chừng như giấc mơ.

Thời gian triều hóa đá,
Vẫn xanh hoài như xưa.
Sông vẫn sâu sao lòng tôi hóa cạn,
Ngại ra đi nên chẳng đến bao giờ.

Sông Bồ - Tứ Hạ, mùa Tết 2017

Rủ Nhau Về Ký Ức

Tặng Lê Tường Lâm.
Nhớ Đoàn Thạch Hãn vừa mới mất
và Thu Vàng đang ở Mỹ

Sáng sớm hôm nay mùi vị Thái Nguyên
Đêm qua buồn ngồi thức đến thâu đêm
Mới vào thu Cali dài nắng hạn
Mưa đầu mùa độc ẩm chén trà xanh

Lan man nhớ thư bạn bè viết vội
Chẳng đầu voi đuôi chuột chuyện đêm rồi
Bạn có biết nỗi buồn chen bóng tối
Là xàng xê họ xự chuyện khóc cười

Mình đọc lại những dòng thư đã gởi
Bỗng nao lòng vì những chuyện xa xôi
Khi tâm động tưởng vô thiền chánh niệm
Nhưng vườn tâm hoa lá héo mất rồi

Ta có thể rủ nhau về ký ức
Mà tìm quanh xa lạ chợt thân quen
Bè bạn vắng tuổi già đang muốn khóc
Ta là ai mà vô tướng không tên

Trời hửng sáng mưa đầu mùa đã tạnh
Những giọt mưa rơi xuống vỡ tan tành
Quán Rất Huế - Nguyễn Đặng Mừng: nhớ quá
Có Thu Vàng - Đoàn Thạch Hãn ngày xanh.

California - Nhớ quán Rất Huế
Sài Gòn - Ngày 25/9/2014

Dưới Chân Tượng Hai Người Hôn Nhau

Tặng Trần Ngọc Cư để nhớ bức tượng
"Ngày về của người tình Thủy thủ" ở San Diego

Trong lồng ngực này chung thủy trái tim
Người lính trở về, con tàu bến đỗ
Mỗi nụ hôn là một sân ga nhỏ
Có trong nhau mà cứ mãi đi tìm

Trong lồng ngực này chung thủy với tình
Thủy thủ ra đi, con tàu rời bến
Như duyên nợ không mời mà chẳng hẹn
Sóng xôn xao lòng biển vẫn đinh ninh

Trong lồng ngực này chung thủy với ta
Đi khắp bến cũng có ngày về lại
Đời đã xế như chiều hôm nắng quái
Thì vui đi thơ thẩn la đà

Trong lồng ngực này chung thủy với mình
Nên đứng lại bên lề đời xuôi ngược
Ta hiểu mình nên thong dong cất bước
Gió mưa gào mặt đất cứ làm thinh

Trong lồng ngực này chung thủy dài lâu
Yêu trong suốt như một thời thơ dại
Như hình ảnh hai người tình xa ngái
Dưới mắt đời mãi mãi đứng hôn nhau.

San Diego, Chủ Nhật, tháng 2/2005

Bài Thơ Cho Trường Cũ

Lộng Chương gởi Đoàn

Năm năm không về thăm trường cũ
Những ước mơ xưa đổi khác nhiều
Ta vẫn miệt mài thân lãng tử
Cát bụi phai dần những mến yêu

Năm năm ta bỏ trường đi biệt
Góc biển đầu non sống hững hờ
Hoa bướm thư sinh quên lãng hết
Chuyện lòng như một thoáng thu sơ

Có một đôi lần ta ghé phố
Về ngang trước cổng thấy buồn tênh
Em vẫn hồn nhiên cùng sách vở
Đâu biết đời ta nhiều lênh đênh

Bây giờ ta chẳng còn mơ ước
Như thuở chờ em trước cửa trường
Bao nhiêu hoài bão trôi theo nước
Mộng cũng chia xa mấy ngã đường

Những lúc vô tình trên gác vắng
Ta ngồi nhớ lại bạn bè xưa
Không dưng mà cả hồn mây trắng
Mây trắng hồn ta mãi chẳng vừa

Ta rót nhục vinh đầy chén rượu
Một mình uống cạn hết buồn vui
Hình như hoa cúc tàn trong chậu
Rụng xuống lòng ta chút ngậm ngùi.

Thư Gởi Lộng Chương

Từ dạo tụi mình xa bạn cũ
Đời gian nan đã khác đi nhiều
Mà nhớ ngày xưa như quyển vở
Giấy học trò mực tím thương yêu

Bốn mươi năm dòng đời chia biệt
Tới đầu non cuối bãi ơ hờ
Buổi sông núi giao mùa oan nghiệt
Mộng xanh còn dấu tích hoang sơ

Mình đã bao lần qua ngõ phố
Bạn bè xưa trường vắng buồn tênh
Nghe nhắc tên mi tau bỗng nhớ
Thằng tài hoa số phận lênh đênh

Ta nhớ bạn nuôi nhiều mộng ước
Làm thơ chờ Túy Ngọc trước trường
Sông có khúc dòng đời xuôi ngược
Bạn như ta mỗi đứa một đường

Mình mơ ước nằm khoèo gác vắng
Uống vài ly nhắc chuyện ngày xưa
Chút lãng đãng thả hồn mây trắng
Lộng Chương ơi kể mấy cho vừa

Coi tề đừng ngã trong lòng rượu
Cậu còn bè bạn lắm thằng vui
Dẫu cho hoa cúc tàn trong chậu
Thì có chi mô phải ngậm ngùi

Nghiệp Làm Thầy Chìm Nổi 40 Năm

Thương quý tặng những người bạn đồng nghiệp.

Hôm nay 20/11: là ngày Nhà giáo Việt Nam.
Xin cám ơn Thầy, cám ơn Cô, cám ơn Em,
cám ơn Tôi:
Đã xuất thân làm nghề Thầy giáo.
Đời nghèo mà vui, tôn sư trọng đạo,
Vinh nhục bao phen, buồn vui cơm áo;
Nhưng vẫn còn nguyên bóng dáng
một người Thầy.
Một ông Thầy hay, Một ông Thầy có thể
không hay...
Nhưng ít có ai là thầy dở.
Dở như sợ ám sát, truất quyền,
lên voi, xuống chó.
Đất nước Việt Nam mình thăng trầm mấy độ:

Một Thầy Cô thiên chức dẫu nên hư,
Vẫn thầm lặng như hoa vàng đâu đó:
Khi búp, khi xanh, khi tàn, khi nở,
Hoa vẫn là hoa không biến thành cỏ dại,
Như Cô Thầy bụi phấn dấu trên vai.

Năm hai mươi tuổi tôi làm Thầy,
Là năm đầu tiên vào trường Sư Phạm,
Cụ Lâm Toại mời dạy Anh văn
trường Phan Sào Nam.
Lần đầu tiên đứng trên bục giảng,
Hồi hộp phi thường mà lãng đãng buồn vui...

Năm một chín bảy mươi chính thức ra trường.
Đỗ á khoa nhận nhiệm sở trường
Nguyễn Hoàng Quảng Trị.
Rồi một chín bảy lăm
Làm Thầy giáo Nguyễn Tri Phương,
Đồng Khánh hai năm,

Nhưng qua Mỹ vẫn còn duyên bụi phấn,

Lại sách đèn, học vị học hàm,
Ngày trở lại tóc xanh pha bụi trắng,
Bục giảng, tên trường xa lạ mù khơi.
CRC, LPU, CSUS... những tên trường lạ hoắc
Đã xa rồi tên tổ quốc danh nhân.
Lên lớp, giảng bài thương tiếng Mẹ,
Khi ta mất là khi tròn nỗi nhớ,
Nói tiếng người thương tiếng nói Việt Nam.

Khác trăm phương nhưng vẫn giống
một ông Thầy.
Danh vị hão giữa đời như sương khói,
Tình Thầy Cô còn nhớ mãi hôm nay.

Ngày Nhà giáo Việt Nam
Sacramento, California - Ngày 20/11/2010

3

Và Em. Tâm Ảnh Thơ

Có bóng ai in giữa trang tâm,
Nhẹ như sương khói thoảng hương trầm
Gối nghiêng mường tượng ân tình cũ,
Sông núi mờ xa vẳng diệu âm.

Tâm Ảnh Thơ

Tâm Ảnh - là ảo ảnh những giấc mơ,
Là viễn ảnh khi lòng khơi nẻo lạ,
Là cận ảnh mỗi lần tâm hé nở,
Là ám ảnh buồn những phút chia xa.

Giữa dòng trong vô thủy đến vô chung,
Trôi biền biệt theo nhịp đời lặng lẽ,
Trong hội ngộ, chân dung thành hiện thế,
Thơ là tâm gom lại bóng muôn trùng.

Có bóng ai in giữa trang tâm,
Nhẹ như sương khói thoảng hương trầm
Gối nghiêng mường tượng ân tình cũ,
Sông núi mờ xa vẳng diệu âm.

Tràng hạt mưa dầm Huế tím bay,
Vách xưa rêu phủ dấu chân ai,
Chắp tay về gọi em tiền kiếp,
Một thuở quên người tâm ảnh phai.

Lá rụng rơi đêm không tiếng động,
Mây qua chẳng vướng chút hư không,
Tâm ảnh hiện về như pháp ảnh,
Mỗi nhánh thơ - một đóa vô chung.

Tìm lại đây vài mảng thuyền xưa,
Xuôi dòng trăng cũ bến tiêu sơ,
Tha hương phương ngoại chiều cô tịch,
Có mẹ cùng em và tiếng vọng thơ.

Sacramento - Ngày 7/4/2025

Một Đoá Vô Chung

Đóa vô chung lạnh cũ càng
Thoảng nghe hương mộc dưới tàn dâu xanh.

Hoa mộc bây giờ đã nở
Dịu dàng màu trắng hơn xưa
Giọt sương ngỡ mình là biển
Nên tan trong nắng bất ngờ

Huế phượng bây giờ đang nở
Nụ hồng có thắm hơn xưa
Phượng đỏ ngỡ mình là Hạ
Nên Thu tím rụng bơ phờ

Người về đi giữa mùa sen
Áo mỏng gió hồng lọc nắng
Vàng phai một thời áo trắng
Cuộn mình mục giữa chân kinh

Là ai đã xa cuối ngõ
Đường dài một đóa vô chung
Hoa mộc ngày xưa đang nở
Góc vườn trắng lạnh hư không.

Thủ phủ Sacramento - Vu lan 2009

Tu Bụi

Nếu có hạt bụi gió thổi bay từ sa mạc
Thì đáy biển sâu thêm một hạt cát vàng
Vũ trụ vận hành chẳng có gì còn mất
Như nai vàng uống cạn ánh trăng tan

Em là ai
Đời một thoáng nét trang đài diễm lệ
Ngõ hàng me mưa đã tạnh chưa tề
Lối tóc thề xưa phượng hồng long não
Ngày trở về đường tóc trắng chân quê

Về với Huế thời cuối mùa đại dịch
Ngõ trầm hương chiều cổ tự thâm cung
Thiền sư đi bóng đại ngàn ở lại
Từ Hiếu xưa chú điệu cũ bụi hồng

Ta cùng em tu giữa bụi trần
Bên dòng sinh diệt mãi xoay vần
Khi vui im lặng buồn không nói
Tình còn lồng bóng dấu phong vân

Vua nhớ phi đập gương tìm bóng
Xếp áo xưa hương cũ tìm hơi
Chỉ nhịp thở hiện tiền là lẽ sống
Chuyện qua rồi còn như ảnh mà thôi

Ta tu hạnh tìm em bốn biển
Năng lượng lành thức bóng cô miên
Không gặp lại ở sơn cùng thuỷ tận
Vẫn diệu từ nguồn suối gieo duyên
Người từ đâu đến
Rồi người sẽ về đâu
Về đâu cũng chẳng về đâu
Sông xuôi nước chảy qua cầu gió bay.

Natomas - Mùa An cư 2022

Nghe tiếng hát sông Thơm

Em vốn không đến trước
Em chẳng hề đến sau
Dòng từ bi phiêu bạt
Đưa sống chết nhiệm màu

Rồi có lúc mình không nhìn thấy nữa
Dòng sông Thơm từ thuở vẫn xanh màu
Rồi tuổi già đêm xuống rất mau
Khi điệu sống chào linh hồn ngập nắng

Có tiếng hát dòng sông Thơm vắng lặng
Nước soi bóng cả trời xanh mây trắng
Mây bay rồi nước chảy vẫn trong veo
Em sông Thơm tình mấy kiếp mang theo

Có một kiếp người đưa đò qua bến
Sống thiện lành thương công chúa làm quan
Rồi ra đi trong thác lũ mưa ngàn
Nợ tiền kiếp đầu thai làm thái giám

Tình cung cấm bên nhau mà ly tán
Tử cấm thành tâm bãng lãng cuồng điên
Ta đêm đêm nâng gót ngọc cho em
Giữa biển động sóng mơ hồ câm lặng

Đêm huyền diệu ta quay về cổ độ
Tiếng phong linh run mãn kiếp luân hồi
Chuông Thiên Mụ nương một đời phiêu lữ
Ta lại về bên bến cũ sông Thơm.

Sacramento - Tháng 1, 2025

Về Lại Bến Không Nhiên

Là trở về với bản lai diện mục. Không đi mà cũng chẳng về đâu cả. Đó là sự hiện hữu một cách tự nhiên trong Tánh Không...

Nó là Tình Yêu.

Love is the grandest victory won,
Of human life and fate as one. (Jenny Wayne)

Tình yêu là sự chiến thắng huy hoàng nhất của đời người và số phận.

Âm trầm mà hoá sinh trong từng chớp mắt như thơ.

Về Lại Bến Không Nhiên

Giữ lòng em cho anh trong sáng
Như trăng thanh làm tỏa ánh mặt hồ
Em khai sáng tự trong dòng niệm tưởng
Từ hiện tiền thấy rõ cả hư vô

Về đi em thời gian không có tuổi
Mỗi ngày qua một bọt nước tan rồi
Dòng chuyển hóa vô tình như nhịp thở
Lạnh tuổi vàng đối bóng với nguyên sơ

Ôi trắng quá không ngày mai quá khứ
Lối một chiều đi mãi tới hôm nay
Bến không nhiên hết thảy thế gian này
Chiều vũ trụ chẳng dài hơn chớp mắt

Ta chờ em ngày một lần mở cửa
Hoàng hôn về ngồi tựa với bình minh
Trong lặng im mình tự biết mình
Dòng chuyển hóa đi về không có nữa

Ta yêu ta yêu mình yêu hơi thở.

Thủ phủ Sacramento - Tháng 4/2025

Như Hạt Bồ Đề

Tình em như hạt bồ đề
Khi cho là nhận khi về là đi
Áo bay mặc gió sân si
Tâm Không rỗng lặng ngại gì đường xa

Bỗng dưng mùa hạ trời phương ngoại
Nắng xế vàng hanh ta nhớ em
Đời đã hoàng hôn mình lại gặp
Hát độc hành ca đi trong đêm

Như sáng hôm nay ngồi độc ẩm
Vị trà Bắc Thái hồn quê hương
Chén xưa vỡ nửa vành môi thấm
Một nửa còn nguyên vẫn dễ thương

Sương khói quê người ta ngẩng mặt
Ngó về quê mẹ thành rêu phong
Vu vơ nhen mảnh đời phiêu bạt
Thả trôi dài theo một dòng sông

Em nâng vạt áo thời Đồng Khánh
Vớt củi rều hoài niệm bến xưa
Núp trời sau bóng bia Quốc Học
Hỏi mưa lòng đã tạnh hay chưa

Sacramento - Tháng 4/2025

Thơ Thẩn Bến Không Nhiên

"Gần hết một đời mong ghé bến,
Anh đưa em về ghé Bến Không Nhiên.
Bến Không Nhiên là miền Không Bến
Địa ngục, thiên đường đâu cũng thiên tiên."

Gần hết một đời mong ghé bến,
Anh đưa em về ghé Bến Không Nhiên.
Bến Không Nhiên là miền Không Bến
Địa ngục, thiên đường đâu cũng thiên tiên.

Nhân thế sầu bi vì đời chưa tới bến,
Bởi bị cột vào đời bến đục bến trong.
Bến Không Nhiên chẳng có đục có trong
Mà trong đục chỉ vì em nghĩ thế.

Một đời sắp qua vạn nhà đang đến,
Giữa hư vô duyên nghiệp trùng trùng.
Mỗi phiến đời là một dòng sông,
Chẳng ai được tắm hai lần trên cùng con nước.

Một tiếng nói ra đã là quá khứ,
Một giọt hiện tiền là dĩ vãng lẫn tương lai.
Tỉnh thức đi em giữa cuộc trần ai,
Ta đang sống giữa một ngày vô tận.

Ghé bến nhé không bao giờ nuối tiếc:
Rỗng lặng tâm mình là tới Bến Không Nhiên.

Sacramento - Tháng 4/2025

Em Ngủ Trên Lá Sen

"Sen giữa mùa Đông
Chính là hơi thở
Trong tận đáy lòng
Sen vàng mới nở."

Em nhẹ như sương khói
Mơ hồ như khói sương
Bờ bên kia vời vợi
Đi một đời chưa tới

Hoàng hôn đã đến rồi
Về thôi em về thôi
Tóc mây pha màu bạc
Trầm hương xưa bát ngát

Đã bay lạc thiên đường
Trùng dương về gối đất
Những mùa xuân xanh tươm
Những mùa hè nắng gắt
Thu sang rồi cũng nhạt
Đông tới lạnh rừng băng
Có ai còn không mất
Đã về và đã tới
Giọt nước nguồn sông xưa
Không tìm mà chẳng hẹn

Chẳng đi mà không đến
Em ngủ trên lá sen.

Ngẫu hứng Lý liên hoa
Sacramento - tháng 4/2025

Khi Em Có Mặt Cho Chính Mình

"Khi em có mặt cho chính mình,
Thế giới không còn bỏ rơi em nữa."

Duyên Em là một dòng sông
Bản tâm tĩnh lặng bóng hồng nước soi
Uyên nguyên từ thuở xa khơi
Không thêm không bớt không dời không di

Bình minh đối bóng tà huy
Một dòng tiếp hiện lúc đi là về
Tình em chuỗi hạt bồ đề
Hạt quên hạt nhớ cận kề bên nhau

Trăm năm nước chảy qua cầu,
Em còn hiện hữu một màu thời gian.

Sacramento - Ngày 22/5/2025

Làm Thơ Đi Anh

Có những chặng thật buồn,
Ngỡ như đời héo hắt.
Bolero sến mòn réo rắt:
"Vì sao và vì sao?!"

Có tiếng nào vọng lại:
Anh làm thơ đi anh.
Cảm xúc nhú chồi xanh,
Bỗng chín vàng rực nắng.

Có khi em là rừng,
Giọt vàng thu rưng rưng
Ngấn lệ thời phai cũ,
Thay lá mùa thiên thu.

Trả lời khi đang hỏi:
Vì sao và vì sao.
Đất trời dung hóa lại...
Nửa giọt cũng ba đào.

Truckee núi tuyết- Ngày 27/6/2025

Đêm Đọc Kinh Thơ

Thầm đọc bao lần Chú Đại Bi
Mật ngôn thâm diệu lý tương tri
Đêm đêm bảy biến kinh trầm lắng
Như thuở yêu em chẳng hiểu gì

Ngày ấy làm thơ cá nghe kinh
Sư ông gõ mõ suối tâm minh
Bởi không chấp tướng mà nghe tánh
Nâng áo hoàng hoa quán tuyệt tình

Yêu Chú Đại Bi vì chẳng hiểu
Không gian tròn vẹn bởi xa vời
Nắng vàng mây trắng tình chung thủy
Mãi mãi bên nhau chẳng một lời

Em ngủ lá sen xanh đáy mắt
Mảnh hồn du tử mịn như tơ
Yêu nhau chỉ sợ tình xao động
Mái tóc trầm hương xõa dại khờ

Em nhé Kinh ơi tình tri kỷ
Chuông ngân khánh điểm mõ gieo duyên
Trang kinh liễu nghĩa vì không tiếng
Có chữ lời không niệm tứ thiền

Kinh văn không hiểu mà tâm cảm
Lời chú thiên tiên vọng xuống trần
Chiếm ngự lòng ta là cõi tịnh
Không lời mà thấu cảm trọn thân tâm.

Đêm trăng Phật Đản
California - Ngày 2/6/2023

Em Ơi - Em Có Về Hay Chưa

Nỗi buồn như đám mây:
Đến. Mưa. Rồi tạnh.
Sẽ trở lại sớm mai lành hé nắng.
Trời yên, biển lặng và mây đi qua.

Có nỗi buồn không như đám mây
Chẳng đến chẳng đi mà phủ kín đời này
Một khe hở cho ngày mai không có
Em gọi đó là nỗi buồn thiên cổ

Là tử sinh bể khổ giữa đời
Là thiên tiên phần số mỗi người
Là nợ tổ tông lưu đày bắt tội
Em nhốt mãi nỗi buồn trong bóng tối

Kinh đọc hoài sám hối áo sư cô
Em là em - em của ngàn xưa,
Vũ trụ trong em có tự bao giờ?
Vẫn trong kén bên bờ sinh tử.

Cửa vui buồn chỉ có em khép mở,
Thả lũ buồn lùa một mớ niềm vui.
Đời không buồn sao em ngậm ngùi,
Đời không vui sao em chờ đợi?

Nàng công chúa đôi môi mím chặt,
Sợ mỉm cười mất dấu thanh tân:
Lo thần tử yêu thầm mở cửa,
Em ơi, em có về hay chưa...?!

Roseville - Mùa Halloween 2007

Vọng Thu Hề

Vọng cố Thu hề! Vọng cố Thu.
Ngô đồng một lá rụng hay chưa
Ngày xưa Tôn nữ qua Thành Nội
Trượt gót giày quan trạng đề thơ!

Thu về lá đỏ xanh vàng tím
Nhìn sắc màu nên ngỡ lá là hoa
Đâu có phải ửng hồng là ngọt lịm
Lá không hương hồn sắc cũng phôi pha

Ta cúi xuống hái Thu vàng năm cũ
Lá se mình quay mặt phía thanh tân
Con nước cũ trôi xuôi về biển mới
Một dòng sông ai tắm được hai lần

Ta như ve đất cuối mùa Thu
Nỉ non buồn trong điệu hát hoang vu
Khi hết nắng tiếc giấc chiều ngủ muộn
Thuở xanh trời chừ bóng xế trăng lu

Lòng xa xứ nỗi buồn Thu níu gọi
Hạ qua rồi đời sắp sửa vào Đông
Ủ chút ấm đợi mưa dầm gió buốt
Vọng Thu hề! Thu có thật hay không?

Napa, đầu thu 2009

Sen Vàng Năm Mới

Nhớ "Lotus" của Rabindranath Tagore

Năm mới mùa Đông
Sen ẩn trong bùn
Sen vừa mới nở
Mưa đêm bỡ ngỡ

Giọt đóa sen vàng
Trên bước lang thang
Nào ai hay biết
Chân trần mải miết

Đi giữa đường thơm
Nỗi buồn mới chớm
Từ một giấc mơ
Đượm mùa sen nở

Mùi thơm gợi nhớ
Một thoáng hương đưa
Bướm nhỏ chùa xưa
Bụi mờ bóng khuất

Sen giữa mùa Đông
Chính là hơi thở
Trong tận đáy lòng
Sen vàng mới nở.

Costa Rica - Noel 2010

Hương Xưa

"Không còn giấy mực khai thơ
Đầu năm nắm chuột gõ hờ viết chơi..."

Đốt lửa Giao thừa lên đi em
Đêm nay Trừ tịch vốn không đèn
Ba mươi trăng lặng trong lòng đất
Như nỗi buồn xưa nghe rất quen
Nhớ không thuở ấy ta còn Mẹ
Quê nghèo đón Tết khói hương bay
Nhang trầm vực hết hồn xưa dậy
Có bóng ai quen chén nước đầy
Canh nồi bánh tét canh... hồn nước
Nước cạn rồi bánh chín với ai
Lửa đêm ấm củi hồn thơ dại
Bánh xanh đều áo mẹ vá vai

Nửa khuya pháo nổ bên hàng xóm
Mình đập thùng không tiếng cũng dòn
Em đã chọn rồi may áo mới
Đời mẹ nghèo có áo... pháo không!
Trời đất giao mùa sao ngủ được
Lá cũ ban chiều lá mới thay
Lễ chùa hái lộc không ngắt lấy
Miếng đời vui nắm gọn trong tay...

Sáng nay mồng Một ở quê người
Cũng có mùa Xuân đến giữa dời
Hái lộc đầu năm lên cúng Mẹ
Tháng năm chồng chất lá còn tươi
Đã hết mùa vui khoe áo mới
Chắt chiu Tấm Cám chuyện qua rồi
Ngày xưa, hiện tại và chưa tới
Quên hết, quên ta, giữ nụ cười.

California - Mồng Một, Xuân Mậu Tý, 2008

Đối Bóng Thiên Thu

Quán niệm thấy thân mình bất tịnh quá
Đốt đèn lên lẫm liệt niệm Di Đà
Tâm như vượn chuyền cành oằn mộng tưởng
Ý buông lung vó ngựa phóng đường xa

Lạy Phật con ngồi thiền xin sám hối
Viết lách làm thơ tội lỗi đã bao năm
Không chia sẻ sợ thần hồn biến mất
Chia không đều thần thức lại bâng khuâng

Thân ngồi thiền tâm vọng tưởng vu vơ
Đếm hơi thở xẹp phồng mơ mộng hão
Ngỡ xuống trần gian cạo đầu thay áo
Thỏng tay tiên vào chợ níu ba đào

Nghi lễ rền vang sao tâm con vắng lặng
Lối đi nào mới đến được Như Lai
Con nhắm mắt tiếng nghìn xưa vọng lại
Đuốc trong tâm có sẵn đợi chờ ai

Con không yêu người mà cũng chẳng yêu ta
Rồi tự nhủ bước trên đường Trung Đạo
Tri kỷ hồng nhan xưa đam mê vũ bão
Không nhân tình sao cũng thấy tình nhân

Không lẽ đợi thiên tiên từ Đâu Suất
Giáng thần thông làm rõ mặt nhân gian
Nếu đã biết nhau từ muôn năm tiền kiếp
Đợi làm chi cho dầu cạn canh tàn

Mang thương tích giữa dòng đời bất tịnh
Quán thân tâm ảo vọng đến bơ phờ
Kinh dài quá mà duyên hành lại mỏng
Làm thinh buồn nên lẩn thẩn làm thơ.

Sacramento, 2025

Anh Về Đây

Anh đã về
Sau hơn ba mươi năm xa quê
Mẹ vắng bóng, con đường xưa mất hút
Cô bé xóm Kên mắt mờ tóc bạc
Chuyện chúng mình nhớ nhớ quên quên

Anh đã về
Con đường cũ thay tên
Cầm tay em
Như ngày xưa hò hẹn
Bàn tay run
Thuở ấy vì tình bây giờ vì lạnh
Nắng hoàng hôn không ấm nỗi sương chiều
Quê hương mình
Mẹ và em đều thay đổi quá nhiều
Duy chỉ có những nỗi buồn vẫn thế

Anh đã về
Như cây gỗ gió xoang trầm
Chút võ vẽ những mảnh trời khai phóng
Em nghe anh... Mỉm cười trông ngóng
Làm được gì ngoài bán mộng tay không

Anh về đây em
Đường tự tình quê hương yêu dấu
Giấc mộng đêm hè chẳng từ Mỹ từ Âu
Trong tim em
Khát vọng chẳng phai màu
Như giông bão đang nằm sâu trong đất
Chờ đợi bao năm nên em cúi mặt
Ngước lên nhìn!
Bao ánh mắt tìm nhau
Đi đi em... Đừng đợi mãi bên cầu.

Sacramento, 2008

Giữa Cuộc Biển Dâu

Nhắc chi nghiệp chướng trong tiền kiếp
Mà phá tan tành cuộc vị lai
Chỉ có buồn vui cùng hiện tại
Tang thương hạnh phúc biển dâu nầy

Nhắp chén phong trần trên đỉnh núi
Đấm mây cãi gió ngỡ như say
Khề khà rót chén nhân gian lại
Trong đáy ly này ta với ai

Ta cười đá núi trơ mắt ếch
Rừng dậy hùa theo cạn chén đầy
Hốt nhiên nếm trải như tri ngộ
Khi tỉnh làm sao nói được say

Mây phủ trần ai trong lạnh giá
Hồn không ước hẹn một ban mai
Nửa tia nắng quái buồn hoang dại
Cũng đủ bình minh vọng giác đài

Rỗng lặng mười phương em biết không
Nghĩ bàn diệu lý biệt mù tăm
Biết say ném cạn ly tường vỡ
Vách cũ hồ lô quán 9 năm

Đồi Natoma - Ngày 20/11/2007

Ngoài Tiếng Thu Ca

Nhắm mắt lại tưởng đêm về quá khứ
Em nghe gì ngoài tiếng Thu ca
Gió trở lạnh mây bay về tứ xứ
Khoảng trời không rỗng lặng la đà

Trong Không ấy chứa một điều Có thật
Là chẳng có gì ngoài khoảng trống bao la
Như em đã nhận ra thời thái cổ
Có gì đâu ngoài sáng tối đi qua

Em cứ tưởng mùa Thu đang hát
Tiếng lá rơi trong điệu gió mơ hồ
Tiếng cánh vỗ thời gian xào xạc
Sau cuối trời bay mãi đến hư vô

Cuối cùng tận là điểm đầu muôn thuở
Nói là đi mà thật đứng lặng yên
Hội ngộ, chia ly cũng đi về chốn cũ
Lá lìa cành trở lại cõi đầu tiên

Em nếm trải qua dòng đời mệt mỏi
Đau khổ ê chề ngồi hát vu vơ
Em yêu dấu có bao giờ tự hỏi
Sống là đây hay đợi đến bao giờ.

Rancho Cordova - Tháng 9/2007

Trong Sương Mù
Thấy Nắng Đang Lên

Có một thuở sương mù che khuất:
Những ngày vui mờ nhạt ánh hồng.
Dưới ánh mặt trời như trong đêm tối,
Chẳng thấy gì trời đất mênh mông.

Là khi không nhìn đời bằng mắt,
Mà thấy bằng Tâm...
Tâm hoang vắng nên tinh cầu hoang lạnh.
Tâm là ai có phải trái tim...
Trái tim đỏ nằm trong lồng ngực tối?

Tâm không phải là tim.
Bởi có người thay tim hay đeo tim máy,
Vẫn yêu thương hờn giận tuổi ban sơ,
Vẫn u mê và minh triết,

Anh kiệt và dại khờ...
Như những kẻ làm thơ:
Ngu ngơ mà bản lĩnh.

Nên Tâm là tự tánh.
Là hồng hoang diện mục nguyên sơ,
Là tình yêu rỗng không, im lặng như tờ,
Là bóng dáng hiện nguyên hình đáy nước.

Em là Huế phải không?
Đã giữ Huế trong ngấn bằng Tâm Huế.
Cảnh thật mắt trần xa khuất bến thiên phương.
Đi trên sông Hương mà nhớ sông Hương.
Vịn Trường Tiền mà nhớ Trường Tiền tâm ảnh.
Nên Huế muôn đời là những cơn mưa lòng
không tạnh:
Đi mà nhớ không phải ở để mà thương.
Nắng mai lên từ ngõ vắng trong sương.
Anh xa lắm mà tâm mình đang với Huế.

Sacramento - Ngày 30/1/1995

Núi Lại Trở Mình

Cảm tác theo bài hát "The Mountain Reawakening" và thơ Rumi.
Ngủ yên hai vạn năm, Mount Lassen phun lửa trở lại năm 1914.

Rừng đại ngàn là rừng của nguyên sơ
Một chút văn minh cũng làm rừng bé lại
Điệu trầm hùng không đến từ loa máy
Mà thông rào đất chuyển ở trên cao

Nước khe núi trong như tình mới lớn
Mảnh rêu xanh không ẩn được đáy hồ
Em một thuở mắt trong ngần thế đó
Hôm nay về dòng cũ đã quanh co

Đường dốc núi những thông già lọc nắng
Gót chân trần da mỏng sướt đau không
Nếu khóc được thay một lời nói nhỏ
Thà rưng rưng im lặng thở hương rừng

Xưa tiều phu quên mất búa trên đồi
Rơi đâu đó trong rừng già khe núi
Ông khuyên bảo ai chân trần chớ tới
Sợ người quên ông hóa đá canh đời

Núi lại trở mình sau hai vạn năm nằm ngủ
Lửa hồng hoang phun rợn nửa trời xanh
Tượng ngư ông cứ tưởng mình miên viễn
Có ngờ đâu một thoáng chảy tan tành

Núi lại trở mình nằm im dưới tuyết
Khi an bài là đáy huyệt của tình yêu
Mây yêu núi, người yêu người cũng hết
Đến mà đi như nắng quái ban chiều.

Labor Day Camping - Tháng 9/2009

Điệu Thu Hề Lạc Phách

Thu bên ni nhớ Thu bên nớ
Nghe Thu vàng Huế vẫn rất xanh
Gió heo may chưa mang về bão tố
Vạt áo dài em bay qua cổng Hoàng thành

Nhớ chốn cũ bạn bè xưa vắng bóng
Những Châu Linh Quyết Nhẫn đã về quê
Chiều Thu tím nghe tiếng gà đồng vọng
Ta quặn mình bên nớ nhớ bên tê

Đã triệu năm rồi Thu vẫn là Thu
Vẫn nắng nhạt chiều phai lá vàng cô quạnh
Hình dung Huế giọt mưa ngâu vừa tạnh
Màu quan san rừng phong lạnh Thu hề

Bỗng nhớ em nửa phiến đời đã trễ
Giữa hội người đối bóng với cô đơn
Phận ế ẩm chợ chiều buông gánh ngủ
Điệu Thu hề lạc phách mái pha sương

Ta mùa Thu và em chỉ còn Thu trở lại
Chiều đã tàn nắng tắt chẳng còn ai
Chén cổ độ rượu hoàng hoa vắng ngắt
Rượu bồ đào không thấm vị Redwine

Nhớ Vô Kỵ kẻ lông mày Triệu Mẫn
Đao Ỷ Thiên Đồ Long kiếm phôi pha
Thuở mạt vận dao cùn hơn kiếm trận
Tiếng diều kêu quạ réo át sơn ca
Chia tay bạn ta về mô nỏ biết
Ngấn lệ đời man mác một lần thôi
Gặp nhau cứ nghĩ như lần cuối
Thương ghét buồn vui cũng mỉm cười.

California - Tháng 8, mùa Trung thu 2024

Bàng Xưa

Mùa xuân bàng thay áo đỏ
Mùa hè bàng mặc áo xanh
Mùa thu bàng nhuộm lá vàng
Mùa đông bàng không mặc lá
Tuyết sương mưa nắng trơ cành
Cây bàng ngày xưa quê mẹ
Vươn cành che nắng đầu làng
Xóm nghèo có hai đứa nhỏ

Anh chia em nửa trái bàng
Có tuổi mùa thương để nhớ
Rồi nửa đời sau vắng mẹ
Xa luôn bóng cả cây bàng
Anh đi mù tăm viễn xứ
Bàng xưa mất dáng quên em
Nước non nghìn trùng xa thẳm
Có lần về miền Nam Mỹ

Đi đâu cũng có cây bàng
Rừng bàng điệp trùng như núi
Nhớ bàng Việt Nam rất tội
Thân bàng phải biết cô đơn

Mười năm chưa về quê cũ
Ngõ xưa còn phủ lá bàng
Và em còn nơi xóm mới
Hay là phiêu bạt lang thang
Còn ai hái bàng chia nửa
Quê hương có em có mẹ
Cây đa bến cũ trái bàng
Có thoáng mơ hồ rất nhẹ

Mắt em tia nắng bâng khuâng
Bàng xưa một thời ai nhớ.

California - Weekend - 17/2/2019

Hài Cỏ Vào Thơ

Thơ ta là cá lòng tong
Bơi quanh những sợi bòng bong rối bời
Một mai về cõi không lời
Thơ là dấu lặng giữa trời đầy sao

Phiêu linh cổ lụy ba đào
Giày trần vệt gót non cao dặm dài
Sương chiều vỡ nắng ban mai
Nghe con dế trũi miệt mài kêu trăng

Thơ ta là dậu bằng lăng
Em ra hoa tím nhuộm bằng màu tim
Chờ hoa rụng hết đi tìm
Bỗng dưng thấy cõi im lìm là thơ

Người về mang một giấc mơ
Đêm ru giấc ngủ đợi chờ phù vân

Về thôi tu giữa bụi trần
Khai kinh sửa dấu lạc vần trong thơ.

San Antonio - Tuần cuối, Tháng 1/2011

Có Hay Không, Hawaii

Sủi tăm nhúm bọt trên đầu sóng
Có là ta hay chẳng có ai
Tiếng biển động tiếng thạch sùng chặc lưỡi
Có hay không cũng hết một đêm dài

Em về đốm bạc trên đầu sóng
Biển xanh rờn em vẫn trắng phau
Nỗi lặng lẽ có riêng lời tình tự
Biển không chìm nên biển rất sâu

Sóng vỗ bờ và dấu chân trên cát
Chẳng đi chung từ thuở mới ban sơ
Chân in dấu sóng lùa cơn phẳng lặng
Đáy xôn xao trên mặt vẫn ơ hờ

Đời cứ thế như buổi chiều trên biển
Nắng Tây phương hong đậm mắt nâu
Trời sẽ tối đêm về em hiển hiện
Có hay không bóng tối cũng chung màu

Maui, Hawaii - Hè 2006

Huế Giữa Mù Sương và Cánh Hạc

"Về Huế lại hạc vàng xưa bay mất,
Huế trầm tư vang bóng cũ không còn.
Anh khờ dại nhớ em thời bím tóc,
Dẫu ăn mày quá khứ cũng trông mong."

Nếu anh không về thăm lại Huế,
Sương một đời che kín Huế ngàn xưa.
Trong góc khuất những tâm hồn xa Huế,
Đi giữa Trường Tiền mà nhớ Huế nơi mô.

Em là Huế, Huế là em thuở nớ ...
Trang giấy hùn cây viết cũ gian nan,
Thư và thơ tình yêu thời mới lớn:
Quốc Học chờ Đồng Khánh chuyến đò ngang.

Huế tuổi trẻ xanh như màu ngọc bích,
Cháo gạo đồng cơm hến sắn ăn trưa,
Nghèo... dễ sợ tuổi học trò thương rứa,
Quà tỏ tình thức trắng để làm thơ.

Anh và em đều có người mạ Huế,
Chắt chiu mình mà phỗng xả với bầy con.
Mạ là nhịp cầu mây núi dòng sông,
Dẫu thua được vẫn là con của mạ.

Ôi thời gian Huế mình mau chi lạ,
Thằng Cu xưa nay tóc bạc cụ già.
Những đứa bạn xóm nghèo thời thơ ấu,
Thoáng trở về gặp lại mụ ôn... tra!

Về Huế lại hạc vàng xưa bay mất,
Huế trầm tư vang bóng cũ không còn.
Anh khờ dại nhớ em thời bím tóc,
Dẫu ăn mày quá khứ cũng trông mong.

Ai tắm hai lần trên cùng một dòng sông,
Anh biết rứa răng vẫn buồn chi lạ.
Bởi một lần đi là chia ly tất cả,
Nên trở về tay trắng vẫn hoàn không.

Anh yêu Huế chẳng có gì để mất,
Khi tình yêu là sương khói mênh mông.
Dòng sông đó trái tim này vạn cổ,
Ta còn ta là tất cả vẫn đang còn.

American River - Ngày 09/01/2019
Cảm tác ghi mấy dòng khi nhận được
chùm ảnh "Huế giữa mù sương".

4

Sống Bên Đời thơ

Và cát bụi sẽ trở về cát bụi
Mây cuối trời trở lại suối nguồn xưa
Trong rỗng lặng sẽ hiểu nhiều hơn nói
Trọn một vòng về tới cõi nguyên sơ

Xuân Tự Tại

Nhắc chi chuyện cũ buồn rứa hè,
Buông bỏ bớt đi thôi.
Kiếp trước buông dao chưa thành Phật,
Thiền giữa đường xe chạy nổi trôi.

Uống rượu mà không say,
Nước chè say mới ngại.
Còn mắc nợ nghiệp tiền thân chưa giải,
Có nghìn trùng mà lại trắng tay.

Nhìn tới nhìn lui,
Chẳng biết tìm ai.
Trong tâm tưởng những hẹn hò lấp ló,
Chẳng còn ai đứng đợi ở bên ngoài.

Lấy chi mà hóa giải,
Nỗi buồn và niềm vui.
Có đâu đó một chân trời tự tại,
Đóng lại ta một giấc ngủ vùi.

Thức dậy một ngày chưa tới,
Chúc mừng Năm Mới.
Ta chúc ta như lần đầu mới gặp,
Mình với mình một cõi rong chơi.

Tết Tây 2007

Khai Bút Đầu Năm Tây

Hồ trường rót hết hay chưa,
Nửa lưng chén cạn, nửa chừa mai sau...

Từ buổi ra đi tìm cuộc sống
Cứ mỗi Xuân về nhớ cố hương
Phong Châu lạc tích buồn trăm trứng
Man mác hồn quê giữa mộng thường

Chiều nay cứ ngỡ Ba mươi Tết
Ngó bóng ta bà đón lịch Tây
Súng Mỹ giao thừa như pháo Việt
Quê Người, quê Mẹ đón ai đây

Một năm cũng chỉ mười hai tháng
Sớm tối trời trăng cũng một ngày
Bên nớ, bên ni còn lận đận
Đói nghèo, sang cả có ai hay

Rủ nhau dăm đứa chiều khai hội
Đất Mỹ nhớ nhà nhắm rượu cay
Gái Xuân Nguyễn Bính ngây ngây hát
Sài Gòn thuở ấy tình ca say

Mặc ai khai hỏa ta khai rượu
Nhà văn khai bút gió khai trầm
Mở tung cánh cửa không rào giậu
Lối vào không ngõ nẻo khai tâm!

Shade Tree, chiều cuối năm 2007

Mùa Thu Cali

Mùa Thu Ca li
Về đi để nhớ
Lá vàng tím đỏ
Xa lộ sương chiều

Xe và tình yêu
Rất nhiều lại ít
Tình im thin thít
Rất ít lại nhiều

Từ ngõ cô liêu
Nắng chiều tím lịm
Thu về em đếm
Phố lạnh đường đêm

Ánh đèn trên lá
Nhìn nhau gần quá
Thấy cả cô đơn

Mãn cuộc mộng thường
Buồn hơn lá rụng
Lắt lay xế bóng
Em cũng heo may

Mùa Thu qua đây
Cầm tay hỏi nhỏ
Tuổi vàng mấy độ
Em có vào Thu...

Sacramento - California, đầu thu 2007

Mừng Lễ Tạ Ân Hoa Kỳ Tạ Ân Quên

Càng thêm tuổi người ta càng thêm quên
Quên những giấc mơ thần tiên đã đành
Nhưng quên luôn cả những oán sầu định kiến
Tạ ân đời muôn trượng đã cho quên và biết quên

Tạ ân Trời cho ước vọng
Tạ ơn Phật cho không lại hoàn không
Tạ ơn duyên cho những niềm vui hội ngộ
Tạ ân nghiệp khiến những rứt áo chia lìa

Tạ ân những sớm mai hồng khiến mùa thu thức giấc
Và đêm xuống lạnh căm nhắc nhở mùa đông
Tạ ân tuổi già đêm dài trăn trở
Không ngủ để bầu bạn với chính mình chứ có mất gì đâu

Tạ ân mời gọi và lạnh nhạt vô cầu
Hai thái cực một dòng sâu khai mở
Chẳng nhập nhằng làm rối trong nhau
Tạ ân bây giờ và dư vị mai sau

Tạ ân những chú gà tây
Ba bốn trăm năm lịch sử nước non này
Kẻ mặn người chay dở hay cuộc lữ
Ruồi kiến không ai ăn cũng chẳng đầy vũ trụ

Và mỗi mùa Tạ Ân đi qua người đến kẻ đi lớp
lớp trẻ già
Tạ ân đời tạ ân mình tạ ân nhau tạ ân tất cả
Nhưng trên hết vẫn là
Cầu chúc
Tạ ân quên

Natomas - Happy Thanksgiving 2024

Tạ Ơn - Thanksgiving

Xin tạ ơn đời ban cuộc sống
Tạ ơn quê mẹ lớn nên người
Tạ ơn tri ngộ ngàn hương vị
Thầm tạ người cho những nụ cười

Tạ ân đất nước quê hương mới
Người đã cưu mang những mảnh đời
Giữa khúc tàn canh oằn nghiệt ngã
Gian nan khổ ải buổi tàn hơi

Tạ ân những tấm lòng phiêu bạt
Dắt díu tìm nhau sót mảnh tình
Lá rách mắt thương đùm lá nát
Sĩ tử hơi tàn giữa chiến chinh

Tạ ân luôn cả người thương ghét
Cảm xúc như hai mặt trự tiền
Ví thử thời gian không tối sáng
Tuyệt vời cũng khuất giữa đêm đen

Tạ ân ta vẫn là ta nhỉ
Mình vẫn chưa kham đánh mất mình
Giữa cõi trần gian triều gió lộng
Thâm trầm chao đảo vẫn phân minh

Tạ ân là tạ ân muôn một
Hạt bụi hồng có mặt cả trần gian
Giọt nước đại dương cùng vị mặn
Còn là duyên hợp hết duyên tan.

Sacramento - 2010

Tự Trào Sinh Nhật 68

Có đêm quên mất tuổi mình
Mơ duyên Quan Họ nhớ hình Tây Thi
Sớm trông tóc bạc tà huy
Phiêu linh đối bóng còn tùy vào duyên

Thời gian nhanh quá trôi mất dấu
"Mới đó" mà nay đã hóa già
Sáu tám tuổi ta thời bốn sáu
Ngoái nhìn như chuyện mới hôm qua

Tụi bạn lứa mình đi quá nửa
Hồng đơn thanh trúc cũng không còn
Tháng năm tàn nhẫn mềm nhung lụa
Vẫn im lìm lấp biển dời non

Mở sách tử vi coi vận mạng
Tuất tùng cẩu, khuyển, chó như nhau
Tuổi đời khúc khuỷu qua vần trắc
Sao hạn hanh thông cũng bạc đầu

Bush, Clinton cầm tinh Bính Tuất
May sinh ở Mỹ được làm vua
Ta gõ mu rùa thần Thái Ất
Làm dân Nam kể biết thắng hay thua

Một nửa Xuân Hè trên xứ mẹ
Nửa Thu Đông lang bạt ở quê người
Chinh chiến hòa bình số phận nổi trôi
Phong trần thanh cao đã thành chuyện kể

Ta đứng cuối đường sang thế hệ
Đem nước non soi mặt với đàn em
Buồn lĩnh lạc biết lấy gì chia sẻ
Chuyện khóc cười còn nhớ nhớ quên quên

Lấy tờ giấy khai sinh làm chứng cớ
Năm tháng ngày người khác giúp man khai
Cũng chúc tụng tưng bừng vui tở mở
Sinh nhật mình là sinh nhật của ai

Sacramento - Sinh nhật ngày 10/8/2013

Tuý Hạnh Tân Niên

Thiên hạ giao thừa đón Tết Tây
Tha hương lặng lẽ một mình đây
Trời Nam sum họp lưng hồ cạn
Đất Mỹ mình ta nửa chén đầy

Ta lại tìm ta đâu kẻ biết
Bạn về với bạn có ai hay
Tiễn đưa năm cũ mừng năm mới
Chưa nhắp đầy vơi sao ngây ngây

Hồ trường đã nhạt mùi kiêu bạc
Bởi rót phương nào cũng khói sương
Khí phách thiên phương lòng đã cạn
Biết về đâu vắng tiếng gọi lên đường

Nửa đời mỗi Tết ta mừng tuổi
Cho mỗi ngày qua một trôi nhanh
Nửa đời sau mỗi ngày nhỏ lại
Tiếc vu vơ chí lớn không thành

Đếm những kiếp người theo tối sáng
Tiếc thời gian như tiếc mộng ngày xanh
Cho trăm năm nữa thêm dòng sống
Để làm chi luẩn quẩn loanh quanh

Bởi thế ngày Xuân vui đốt pháo
Thức tỉnh nhân gian mộng giữa đời
Một mảnh hiện tiền trong thoáng mắt
Hơn nghìn vô ảnh kéo dài hơi.

Notomas - 2012

Ăn Tết Quê Người - Bính Tuất 72

Mồng một năm nay nhằm thứ Bảy
Ở nhà ăn Tết khỏi băn khoăn
Tết ở quê người như cuộc nhậu
Phong trần duyên nợ đợi "weekend"

Láng giềng châu Á vô tình lạ
Tết nhất không nghe một tiếng chào
Hỏi ra mới biết ông người Thái
Tết Thái Lan nhằm giữa tháng Tư

Gặp ông hàng xóm dân da trắng
Đạp đất đầu năm lại ở trần
Cau mày xẵng giọng chào Năm Mới
Hắn nói New Year tháng trước rồi

Lên chùa lễ Phật đông như hội
Bốc xăm lắc thẻ tựa hoa rơi
Khói nhang cay mắt như xung trận
Nước mắt không lau sợ Phật cười

Gặp già chúc thọ trên trăm tuổi
Tưởng vui ai ngỡ lại than trời:
Đầu năm chúc thọ chi mà ác
Ham sống cho nhiều chỉ khổ thôi

Những tay Bính Tuất lên thất thập
Lơn Tơn, Bút hảo hóa thêm Trầm(*)
Cầm tinh Tuất Mỹ vua thiên hạ
Tuất Việt như mình giỏi chạy rong

Ơi thế mà vui còn mấy chốc
Đổi bao nhiêu tướng một công thành
Chém gió coi đời như phấn thổ
Thúy Kiều tài mệnh cũng lầu xanh

Mới đó ta thành cụ 72
Vung tay phỉ chí một đời trai
Nhâm nhi ba cốc cười kiêu bạc
Rút kiếm chưa ra đã ngáp dài

Bạn bè hơn nửa đi về đất
Còn lại bàn lui chuyện vá trời
Danh vọng tiền tài như phấn thổ
Coi đời là một cuộc rong chơi

Và cát bụi sẽ trở về cát bụi
Mây cuối trời trở lại suối nguồn xưa
Trong rỗng lặng sẽ hiểu nhiều hơn nói
Trọn một vòng về tới cõi nguyên sơ

Sacramento, mùa Tết Đinh Dậu 2017

(*) *Lơn Tơn:* (Clinton) / *Bút:* (Bush) / *Trầm:* (Trump)

Hát Nói Mừng Năm Mới 2020

Năm mới Tết Tây không phải Tết,
Gặp: Mỹ chào "Happy new year!"
Tây vẫy tay: "Bonne année!"
Rồi lủi thủi ai về nhà nấy.
Việt Nam nói: "Chúc Mừng Năm Mới!"
Gặp Trung Hoa: "Cung Hỷ Phát Tài!"
Một năm dài giữa cõi trần ai,
Sướng hay khổ cũng không quay lại được.
Gõ sên phách mà hát bài thuở trước,
Khóc hay cười Xuân cũng trôi qua.
Thì tiếc chi không mở cửa mọi nhà,
Vui ngất ngưởng vỡ oà ôm Tết nhất!
Nhân sinh tự cổ hà nhân đạt: Vô sinh, vô tử,
vô khứ lai...
Đã biết rằng Xuân chẳng riêng ai,
Dẫu đóng cửa then gài Xuân cũng tới!

Mỗi nháy mắt là một đời đổi mới,
Tội tình chi ôm quá khứ, tương lai,
Mà quên ta đang sống phút giây này:
Hiện tại, nơi đây... hay chẳng bao giờ có thật.
Những kẻ muôn xưa và những người có mặt,
Thế sự thay nhau như mỗi mỗi cuộc cờ,
Thế hệ đã qua thời đại Năm Gờ (5-G),
Chuyện thế giới bây giờ và trước mắt.

Chào NĂM MỚI 8 tỷ người có mặt:
Từ sơ sinh cho đến người già nhất,
Khắp năm châu thêm một tuổi Ta bà.
Bảy mươi tư mình thất thập cổ lai... đa!
Bốn biển là nhà, giữ được tâm trong;
lấy mắt thương nhìn thế sự.
Khôn cũng chết, dại cũng chết, biết là sống:
Nhưng thế nào là Biết?
Mỉm cười, tự tại, thong dong.

Natomas, 2020

Cám Ơn Năm Cũ Như Năm Mới

Cám ơn em tờ lịch cuối cùng
Ngày bốn buổi sáng trưa chiều tối
Năm bốn mùa xuân hạ thu đông
Những tờ lịch như những dòng cổ sử
Muốn hay không chuyện cũ cũng sang dòng

Cám ơn cơn gió mùa đông lạnh
Thổi tới tung bay những lá vàng
Nếu nép một đời trong ngõ vắng
Bao giờ soi được bóng trăng tan

Cám ơn những giấc thiên thu ấy
Mang chút buồn tiễn biệt người đi
Dẫu tượng đá vẫn không thành miên viễn
Gặp gỡ nào rồi cũng tới chia ly

Cám ơn em nếp nhăn vầng trán
Hương thu xưa áo tím đã qua cầu
Đường Hàng me con sóng tình đã lặng
Dấu hài xanh Tôn nữ thấy gì đâu

Cám ơn đời mong manh sương khói
Bởi vô thường nên đẹp dáng phù vân
Ví như nhân thế đều bất tử
Đông chẳng tàn sao có mùa xuân

Cám ơn tay trắng thành kiêu bạc
Vuốt mặt thương đời hóa dửng dưng
Yêu đến tận cùng không dính mắc
Nên vô tư như bụi đỏ ven đường

Cám ơn vinh nhục vui liền khổ
Chưa biết buồn sao biết quý niềm vui
Trong một thoáng thiên đường và địa ngục
Về trên môi mím mỉm miệng cười

Cám ơn mỗi sớm chung trà nhỏ
Rót chén yêu thương xuống cuộc đời
Đối bóng tưởng mình như chẳng có
Ba nghìn thế giới cũng rong chơi

Cám ơn năm cũ như năm mới
Đối bóng thời gian lòng rỗng không
Người hái phù dung khuya tỉnh giấc
Hoa lục bình nở giữa dòng sông.

Portland OR - Đêm Noel 2016

Chúc Duyên Lành Năm Mới

Tháng Giêng xanh, nợ nần trả hết,
Tháng Hai hồng, bớt tiếc, nhẹ thương.
Tháng Ba lam, thấy vô thường,
Tháng Tư lục, quán con đường tùy duyên.
Tháng Năm trắng, ưu phiền là vọng,
Tháng Sáu cam, lấy động làm an.
Tháng Bảy vàng, nhớ Vu lan,
Tháng Tám tím, dõi vầng trăng Thu hề!
Tháng Chín xám, đi về rỗng lặng,
Tháng Mười nâu, lòng vắng sầu miên.
Tháng Mười Một đỏ, hoa thiền,
Tháng Chạp không sắc ưu phiền cũng không.

Sacramento, Giao thừa Mão - Thìn 2012

Cũng Tạ Ơn Người

Tạ ơn ai, tạ ơn đời
Vô danh nhắn gởi một lời vô ngôn
Từ Không có bóng linh hồn
Trong vui có sẵn điệu buồn thiên thu
Tạ ơn một cõi sa mù
Như như rỗng lặng du du xoay vần

Ta vo một hạt bụi trần
Ném lên khỏa lấp mộ phần thời gian
Không địa ngục, chẳng thiên đàng
Tạ ơn một đóa nhân gian mỉm cười

Thắp hương ta niệm cho người
Quên kinh lẩn chú xuống đời làm thơ

Gặp em từ cõi sơ xưa
Hốt nhiên đại ngộ tới bờ bên kia.

Foothill, ngày Veteran 2007

Bên Hồ Duluth

Chùm thơ Caribbean
Tặng Anh chị Du và các Cháu để nhớ hồ
Duluth và những ngày vui cùng đi Cruise ở Caribbean

Nước không mất mà khi đầy khi cạn
Sóng bạc đầu vì mây trắng vương mang
Hồ cũng biết buồn vui khi đục khi trong
Nắng sẽ hết vì mặt trời đang lặn

Người xa khuất nói chi lời ước hẹn
Sông nơi đâu cũng có một vầng trăng
Ta đến thăm Hoàng vắng bóng ba năm
Còn nhang khói đọng bên hồ Duluth

Sao không là Hoàn Kiếm, Tịnh Tâm, Trúc Bạch
Những hồ gươm soi bóng thuở khuynh thành
Tuổi ân tình ngan ngát mộng ngày xanh
Mà em đó nhạt nhòa soi bóng nước

Nếu ta về đây đôi ba trăm năm trước
Thuở hồ khô vì nội chiến Bắc - Nam
Biết đâu ta hóa thân là cô gái da đen
Em da trắng hẹn Cuốn Theo Chiều Gió

Vẫn đợi đó lẫn trong hồn cây cỏ
Nắng rất mới vàng hươm rừng cổ mộ
Đêm trần gian huyền nhiệm biết về đâu
Em từ bi nên hẹn lại kiếp sau.

Atlanta, Georgia
Ngày hội Huế - Ngày 24 /8/2013

Là Nó

Cảm tác từ "Who is This" của Tagore

Nó chợt cười vu vơ trên vùng đất khó
Ký ức gia tài mọc choán lối đi
Tôi nhớ mẹ xưa gánh đôi thùng cũ kỹ
Hai phần đời già quất áo nâu thô

Cảnh đã khác nhưng nó còn đứng đó
Bám sương pha tóc bạc trắng trên đầu
Nắng trên tuyết lặn rồi chẳng biết về đâu
Tần ngần mãi cất giọng cười tủi hổ

Tôi lạ lẫm sao mình về với nó
Phí cả đời không trốn được trong ta
Ôi trời đất mênh mông triều đại ngã
Cho tôi xin mình gặp nó ơ hờ

Tôi bỗng sợ lạnh run người chợt nhớ
Nó là tôi là cái ngã chính trong tôi
Phải xa nó để quay về nguồn cội
Ta không ta tôi tái mặt nghi ngờ

"Trên trời dưới đất chỉ có ta là duy nhất!"
Cồ Đàm xưa thấy được Ngã trong ta
Nên gọi nó ngay phút đầu giáng hạ
Giải thoát là vắng nó tự châu thân.

Sacramento, mùa Giáng sinh 2010

Lâm Tỳ Ni - Mùa Hạc Về Làm Tổ

Vườn Lâm Tỳ Ni khi mùa Thu trong vắt trở về,
Trong như mắt em sớm nay.
Nhìn về đỉnh tuyết Hy Mã Lạp Sơn thâm
trầm diệu vợi.
Có màu nắng trên lá vàng tươi mới.
Em là ai mà không khứ không lai?
Nơi đây miền đất Phật:
Vì Phật xuống đời qua nơi đây!
Vì Phật niết bàn vẫn ở nơi đây!
Nơi đây mùa hạc vàng về làm tổ,
Bao nhiêu năm trước,
Vua Tịnh Phạn và hoàng hậu Ma Gia
Và một thời bừng nở đóa Vô Ưu.

Bước chân Phật đi về không dấu hạn,
Hai ba nghìn năm gỗ đá thành mây bay.
Đường em đi miên viễn dặm dài.
Áo Nghĩa Thư suy tư trăn trở,
Dấu Như Lai là hư không dấu ái.
Ngày em về dấu ái thành hư không.
Thu vắng quá nên trần gian hóa giải.
Vườn Lâm Tỳ Ni bầy hạc trở về.
Hết mùa ở tổ hạc lại ra đi,
Từ giã vườn Lâm Tỳ Ni.
Cứ tiến tới xoải cánh đời vô định.
Cánh chim di bốn biển là nhà.
Bầy hạc nhỏ mà niềm vui Hy Mã.
Không phụ đời ta sống chính trong ta.

Thu năm sau bầy hạc về chốn cũ.
Lâm Tỳ Ni người mới đã xa người.
Thương bạn cũ có bao người đã khuất.
Núi xa vời đỉnh tuyết vẫn màu tươi.

Vườn Lâm Tỳ Ni - 2011

Chiếc Bóng Quan Hoài

Lại cay đắng cuộc vui buồn bất chợt
Uống nhầm chai nước lọc bỗng nghe say
Rượu không say nước trong say mới ngại
Ô thì say là chiếc bóng của quan hoài

Dẫu không nhắm hoàng hoa từng một giọt
Vẫn bơ phờ trôi dạt với men say
Vui muốn khóc chuyện người thua kẻ được
Uống như đêm say ngủ giữa ban ngày

Trong chếnh choáng đời bềnh bồng phiêu hốt
Cười thật buồn và khóc cũng rất vui
Mà vẫn thật với men nồng thiêu đốt
Khúc trường canh là tiếng thật không lời

Nửa chén cạn bỗng thấy mình... vô ngại!
Ờ! Không ta. Ai uống để ai say?
Mà ta đó: Một gã người xa lạ!
Từ tỉnh hồn, say khướt, ta là ai?

Dăm cốc rượu ngu ngơ thôi cũng đủ
Rượu thấm buồn, buồn thấm rượu ai hay
Triệu mảnh vụn giữa muôn đời dồn tụ
Không li ti sao có Thái Sơn này.

Đêm Napa, Thu 2007

Lão Lai Khai Bút Phú

Đầu năm khai bút như khai hỏa
Bút lục tuần, hỏa lực xuôi lơ
Tích tịch tàng tang đời xứ lạ
Nghêu ngao ba chữ phú thay thơ
Lão lai khai bút phú
Tài tận giễu văn hài
Trên trần ai, ai biết chăng ai
Giữa dương thế, thế thời phải thế
Ly khách ba chục năm dạn dày tuồng dâu bể
Viễn xứ hai phần đời phiêu hốt điệu Nam Ai
Nhếch nhác tìm nhau:
Đứa nghèo khổ, đứa giàu sang...
ngặt nghẽo cười vang tình đại hải
Le te kiếm bạn:
Kẻ lên ông, người lên cố...
ngô nghê hát độ nghĩa sông hồ

Ra đi một ngày
Về lại một đời
Thời gian toan tính
Dài ngắn tùy người
Một thoáng chia đều cho rỗng lặng
Cũng bằng muôn thuở điệu xôn xao
Cái biển. Cái ao.
Nơi nào. Nước ngọt.

Thôi thì:
Nâng chén mời trăng xuống
Vỗ tay đón gió Xuân
Mời bạn uống tràn ly rượu nhỏ
Cùng nhau quên hết chuyện gian truân
Lão lai khai bút đầu Xuân
Sáu ba, ba sáu xoay vần... tùy duyên!

Napa - Cuối đông, tháng 2/2008

Lộc Tịnh Đầu Xuân

Ngày mồng Một Tết ta,
Trước cổng chùa Diệu Thiện,
Ở thành phố America,
Có một ông Mỹ già,
Ngồi ăn xin trước cửa.
Đầu tròn, áo vuông sờn rách,
Mền quấn quanh mình,
Vì trời lạnh quá.
Bên cạnh ông cũng có hai người Việt,
Và một người Lào còn độ tuổi thanh niên.
Tất cả đều có dáng co ro,
Vì trời lạnh quá.
Ngày mồng Hai Tết ta,
Họ tới sớm khi cổng chùa chưa mở,
Công phu khuya vừa gieo lộc ao thiền.
Lặng lẽ trong mưa người và bóng an nhiên,

Thắp sáng lòng ta ông đi qua bà đi lại,
Chúc phúc đầu năm lộc chùa mời hái,
Ngày mồng Ba Tết ta,
Từ chùa lớn đông người đến chùa xa người vắng,
Cũng ông già râu bạc đầu tròn,
Cũng mấy người lặng lẽ mở bình không,
Hành khất sĩ giữa cuộc đời trong đục,
Đem khó nghèo khơi bản hạnh thiền môn.
Đi níu lại những cổng thiền heo hút,
Đã bao năm sơn quét vữa vàng son.
Suối từ bi nước chảy đá mòn,
Rừng trí tuệ lá xanh dồn lá mục.
Cảnh chùa đầu năm trầm hương ngào ngạt.

Khách viếng chùa lễ Phật vào ra.
Chợ Tết vui Xuân giữa chốn Ta Bà.
Tới cảnh Phật tâm hồn như mới lại.
Hạnh phúc viên thông không chờ không đợi.

Chỉ có nỗi vui buồn là so sánh hơn thua.
Nhìn ông già Mỹ nghèo xơ hành khất
trước chùa,
Có tiếng thì thầm của người cha vừa mất việc:
"Ông Mỹ toàn ròn kia còn đói khổ.
Sinh đẻ xứ này cũng rách huống chi ta!"
Có tiếng an ủi nhau thầm lặng,
Của cặp vợ chồng son sắp vỡ nợ mất nhà:
"Tuổi trẻ thế kia ngày Xuân còn lay lắt;
Kẻ không nhà đang khổ, buồn chi ta!"
Có tiếng không lời của bàn tay lóng lánh:
"Quên đi chiếc nhẫn hột xoàn của nó nặng
hơn ta.
Còn có kẻ ăn xin khổ thế kia mà!"
Dẫu đời là bể khổ,
Còn kẻ khổ hơn ta,
Mắt trần không điểm tựa,
Nỗi buồn sẽ đi qua.
Khi ba đào vắng bặt tự trong tâm,
Thì dâu bể cũng ươm mầm hạnh phúc,

Ngày mồng Bốn Tết ta,
Vắng mặt ông già,
Người tu sĩ xuất thân quý tộc giàu sang đã trở về tịnh xá.
Có người đảnh lễ thượng tọa Biayana:
"Xin cung vái bậc Ăn Mày Thế Kỷ,
Trải tấm lòng gieo lộc vớt đời vui!"

Bồ Tát không từ trời cao bước xuống,
Không từ vạn dặm về trần,
Không lễ lạt rình rang áo thụng vái nhau,
Không xưng tụng tung hô nơi tiền đình đại sảnh,
Rỗng lặng, khó nghèo, lấy thương đời làm công hạnh.
Có thể như tu sĩ Biayana, bậc ăn mày thế kỷ.
Có thể như tuổi trẻ Việt Lào, phương tiện tùy duyên.
Chọn nơi này tự tại an nhiên,
Ngay giữa lòng nhân thế.
Và Xuân sang, lộc khó tịnh ao thiền.

Sacramento, 2010

Lối Về Của Hạnh Phúc

Xưa có một nàng công chúa tuyệt trần,
Đẹp thanh thoát mong manh như ảo ảnh
Giọt sương đêm long lanh khiến nàng mê mẩn
Soi bóng mình đọng bóng hư không

Công chúa tương tư xin vua cha ban xâu chuỗi
Làm bằng những giọt sương đọng trên lá
sen xanh
Cả kho báu hoàng cung và cả nước thợ kim hoàn
Tất cả bó tay không ai làm nổi

Có một thư sinh anh tuấn tới dâng nàng
Tràng hạt sương đêm trên lá sen thanh thoát
Nhưng muốn xâu được một chuỗi sương
trong vắt
Phải cần một sợi dây kết bằng ánh nắng mặt trời

Đi hết thanh xuân qua mấy chặng đời
Nàng công chúa chưa tìm ra dây ánh sáng
Xâu chuỗi ngọc sương vẫn long lanh rỗng lặng
Nên hạnh phúc này cần điểm tựa hư không

Nghe diệu lý từ tâm mình phát sáng
Nàng hân hoan nắm bắt một đường dây
Hai bàn tay không vuốt mắt nàng bãng lãng
Không lại hoàn không hạnh phúc chợt đong đầy.

Sacramento, 2014

Mới Đó

Mới đó nửa đời quên pháo Tết
Hoa mùa Xuân còn lá mùa Đông
Cánh hạc vàng vút trời xanh biếc
Mặt nhân gian rám nắng mai hồng

Mới đó Xuân tàn hoa rụng hết
Đầu sân hôm trước chẳng còn mai
Tâm xa thiền ngữ chim không hót
Mãn Giác Thiền Sư dấu cũ phai

Mới đó hoàng mai thành cổ mộc
Chú mật thừa kinh các hậu hoàn không
Ta lặng lẽ quay về Tu Bụi tĩnh
Em kiêu sa khóc suốt một dòng sông

Mới đó thôi mà trăng tàn nguyệt xế
Mắt thu phương lạnh bóng sương mờ
Chân em bước tương lai thành dĩ vãng
Chuyện một thời thành chuyện kể ngày xưa

Mới dó thôi mà hôm qua là kiếp trước
Men thời gian nghiêng rượu xế lưng bầu
Này bằng hữu vội vàng chi uống cạn
Đâu dễ gì gặp lại kiếp mai sau

Mới đó thôi ta về trong rỗng lặng
Ba mươi năm bão nổi kiếp ly hương
Lòng ta gió thoảng trên đồng vắng
Tan loãng mơ hồ với cỏ sương.

Sacramento - Sớm uống trà đầu năm 2014

Người Đi Tìm Hạnh Phúc

Kính tặng Thầy Đạo Quảng -
Chùa Tam Bảo, Baton Rouge

Sơn tăng xuống núi
Hàn sĩ lên chùa
Tăng gieo công hạnh
Sĩ nghiệm duyên tu

Kẻ đi tìm mùa Xuân
Xuân xưa giờ nhạt nắng
Người đi tìm mùa Đông
Những sóng lòng đã lặn
Xuân hạ thu đông không phải là
con đường thẳng
Mà là một vòng tròn nên không có mở đầu
và kết thúc
Luôn bên cạnh ánh sáng hạnh phúc
Chực chờ bóng tối khổ đau

Về chùa Tam Bảo Baton Rouge
Nhập chúng chay lòng thanh tịnh
Tự tại niềm vui là có thật
Một đợi chờ vô lượng sóng điêu linh
Tay đơn độc ôm cuộc đời vạn nẻo
Niệm thâu thần nhỏ lại chiếc kim may
Lòng còn động phép thần thông chẳng ứng
Tu là ta tìm mãi kiếm ai đây

Nhất bát thiên gia phạn
Cô thân vạn lý du
Một chén cơm khất thực nghìn nhà
Thân cô lữ bước chân xa nghìn dặm
Hiện sinh này trong giọt nước bao năm
Cả hàn sĩ sơn tăng đều hoa đóm
Con đường xưa còn lại lối mây bay
Tìm ảo ảnh giữa ba ngàn thế giới
Hoàng hôn rồi còn ai mà đứng đợi
Khóc cười vui ngộ tại thế gian này.

Ông Già Nô-en Có Thật

Đôi dòng cảm tác với một câu hỏi và trả lời 111 năm trước: - Có hay không, ông già Noel?

(Bài báo được in lại nhiều nhất trong lịch sử Báo chí Hoa Kỳ)

"Thưa ngài chủ bút!

Em là một bé gái tám tuổi.

Vài người bạn của em cho rằng không có ông già Noel.

Ba nói với em rằng: "Nếu con đọc thấy điều đó trên tờ The Sun thì nó đúng là như vậy. Vậy làm ơn cho em biết sự thật: "Có ông già Noel không?" - Virginia O'Hanlon.

Lá thư được gửi đi ngay trước Noel 1897. Trả lời thư cho bé Virginia là một bài báo viết vội ngay vào lúc tờ báo chuẩn bị lên khuôn cho số Giáng sinh. Dưới tựa đề: *"Có chứ, Virginia. Có ông già Noel"*

- Nô-en là gì ngoại hỉ
Ở đâu mà có ông già
Tóc râu trắng ơi như tuyết
Xe nai chở mấy là quà

Thật có ông già không ngoại
Mà con phải đợi ông hoài
Sao không ngày nào cũng tới
Mỗi năm chỉ một lần thôi

- Nô-en ngày sinh của Chúa
Chúa về cứu giúp mọi người
Ông già Nô-en vui quá
Mang quà cho trẻ em chơi

Ông già Nô-en có thật
Ông như hoa tuyết cành thông
Khắp nơi trên trời dưới đất
Ông về ở giữa lòng con

- Ngoại ơi! Ông già Nô-en
Leo qua ống khói nhà mình
Đêm nay về thăm cháu nhé
Tặng quà cho cháu thật xinh

- Cháu ngoan nghe lời ông ngoại
Thương người yêu kính mẹ cha
Ông già Nô-en sẽ lại
Mang theo cho cháu nhiều quà.

Natomas, mùa Giáng sinh 2008

Quà Tặng Tình Yêu

Nếu cho nhau quà tặng của tình yêu
và từ ái tận tâm hồn của bé:
Trái hạnh phúc trổ từ tâm thoáng nhẹ,
Một trời vui chi kể tới sang nghèo
Cả tấm lòng và tình tự mang theo.

Valentine 1985,
California State University of Sacramento

Thu Về Thấp Thoáng Bóng Thu Tang

Mỗi năm nhìn lá phong chùa đỏ
Trời đất man man vọng tuổi già
Núi cũ mây xưa còn mãi đó
Hay nghìn năm trước đã đi qua

Tìm bóng Như Lai giữa lặng không
Vang vang thiền kiểng gọi muôn trùng
Tới đây từ cõi chân như lại
Xuống tóc nhân gian phủi bụi hồng

Trời xanh lá đỏ mây thu trắng
Mắt thẳm sương trong áo đạo vàng
Về cũng là đi hoàn tịch tĩnh
Thu về thấp thoáng bóng thu tang

Thiền viện Diệu Nhân
Sáng thứ bảy, ngày 12/11/2017

Quán Chợ Chiều

Tặng người và quán thơ Tân Sở

Rồi cũng qua đi như một đời rỗng lặng
Như con thằn lằn thành trụ hoại không
Cũng chắc lưỡi một mình nơi xó vắng
Những James Dean, Từ Hải khác gì chăng

Thời để Thành gọi tìm nhau dáo dác
Đã Trụ rồi là hoàng hậu quân vương
Triền dốc Hoại lênh đênh hồn quá vãng
Diệt hay Không vần vũ bụi vô thường

Yêu và làm thơ ở hai đầu sống chết
Mà ngỡ mưa bên này nối kết nắng bên kia
Chưa nhìn lại nắng ngày qua đã hết
Trong đoàn viên có sẵn mộng chia lìa

Hơi thở ra vừa trôi vào quá khứ
Hơi thở vào không trọn một tương lai
Rắn lột vỏ để thay đời một nửa
Quán thu xưa vàng lá nhắc tên ai

Khi đã qua tâm dù cái bóng
Vẫn ghi hoài dấu tích chẳng phôi phai
Quán Tân Sở cửa gài hay mở rộng
Mình là ta hai trên một dặm dài.

Quán thơ Tân Sở, 2008

Sám Hối

Lạy Phật con xin sám hối
Nếu đời nầy còn mắc tội tiền thân
Tuy tự xét mình chẳng làm nên lỗi
Hay ngập đầu mà ký ức quên chăng

Bất thọ khổ trung khổ
Khổ mà không chịu khổ thì khổ càng tăng
Con sinh ra trong cuộc chiến Việt Nam
Bà mẹ quê tản cư cho con ngồi nửa thúng
đầu này

Còn chó mèo gà vịt bỏ nửa thúng đầu kia
Áo rách chân trần gánh gồng chạy loạn
Nhà cháy giặc tràn nổi trôi ly tán
Quê mẹ quê người quê nào nữa còn đi

Tham luyến càng to thì chân trời càng bé lại
Sợ lạc đường nên hành giả bất di
Nợ tiền kiếp vay nhiều chưa trả hết
Tâm chưa an ngàn vạn thuyết ích gì

Năm nay từ Mỹ con về Huế ăn Tết
Lạnh cuối năm cắn tay không ra máu
Người đạp xích lô hỏi o bán rau
Ba mươi Tết trời lạnh tím mặt ai dám ra ngoài
Đi cuốc xe mua bó rau chiên xào
cúng ba ngày Tết
Xe trống rau đầy chẳng có ma nào hết
Chỉ có nhà sư mang bình bát đi qua
Người phu xe cúng nửa đòn bánh tét chiên
O bán rau cúng bó rau mưa dầm lạnh quắt

Cả hai người hỏi
Thưa thầy vì sao con khổ
Nhà sư mỉm cười nói đời là bể khổ
Hai người cười buồn nói có tiền
là sướng như tiên
Đóng cửa coi ti vi máy sưởi ấm đếm tiền

Thịt bánh đầy nhà bông ba an hưởng
Sống như thế quả đời là bể sướng

Phật Di Lặc ở cung trời Đâu Suất
Thương chúng sanh vỗ bụng cười khì
Cái bể sướng chẳng khác chi bể khổ
Như âm dương hai mặt một đồng tiền

Đời trần gian bằng nháy mắt cung thiên
Sướng khổ thịnh suy triền miên vay trả
Đã không gieo thì lấy gì gặt quả
Gặt không trồng thì phải trả tự nhiên

Điệu sống hôm nay là quả báo nhãn tiền.

Chùa Châu Lâm - ngày cuối năm, 1990

Sau Dịch Cách Ly Trở Lại Chùa

Năm tháng cách ly trở lại chùa
Đường mòn ngõ trúc vắng hơn xưa
Đồi mây thanh thản sư vào hạ
Gió thoảng hương trầm hong nắng trưa

Cửa chùa không khép chân mây ngủ
Rỗng lặng hiên không mặc gió lùa
Quét lá sân chùa nhìn thế sự
Mái chùa che chắn chuyện tranh đua

Mùa hạ vừa qua dài thế kỷ
Người xa người che mặt cách ly
Vườn chùa gặp lại cười che nón
Ai nỡ tâm thiền lánh mặt đi

Đồi vắng thông già buông trái rụng
Tròn xoe mắt tím sóc nghe kinh
Khoác áo tràng lam mùa hội cũ
Thời gian lần hạt tiếng phong linh

Lưu luyến chia tay ngày trở lại
Hẹn về bên bến cũ sơ xưa
Cách ly như góp thời gian ấy
Nương tựa hồng ân dõi bóng chùa

Gió thiền thoáng mát đời dâu biển
Biết khổ nên vui giữa cuộc đời
Rỗng lặng thinh không cười tự tại
Chuông chùa đưa tiễn bóng chiều rơi.

Thiền viện Diệu Nhân - Vu lan 2020.
Về chùa sau 5 tháng đại dịch cách ly Covid

Tạ Ân

Sáng nay dậy cám ơn bầu trời xanh
Miên man mây trắng nhẹ vờn quanh
Thương ai như giọt sương mai nhỏ
Tan biến bất ngờ dưới nắng hanh

Tạ ân những đám mây phiêu bạt
Chung thủy bên ta suốt một đời
Trải bao vinh nhục không cau mặt
Im lặng mà nghe được vạn lời

Tạ ân những tiếng chuông chùa cổ
Công phu đồng vọng tiếng xa khơi
Xua tan sông núi vời u ám
Xóm vắng làng xa vẳng tiếng cười

Và tạ ân những dòng nước mắt
Dạy cho tôi biết quý nụ cười
Không bể khổ tìm đâu ra hoan lạc
Hạnh phúc là bến đỗ cuối đời

Tạ ân cả những oan khiên nhất
Tim loạn cuồng đập nhịp hoang vu
Ghét đời mới biết thương đời thật
Trong cõi vô phương giữa mịt mù

Xin tạ ân giông bão giữa đời
Thoáng mong manh ảo ảnh xa vời
Đến đi như kẻ vô biên xứ
Diệu lý nương về một bến khơi.

Sacramento - Thanksgiving, 26/11/2010

Trường Sơn Bạch Mã

Trèo lên núi Bạch Mã
Nghìn năm rồi ngựa trắng vó chân mây
Hoàng Phủ Ngọc Tường nói đây là ảo ảnh
Nên chỉ còn mây trắng ở nơi đây

Đường Trường Sơn chập chùng
Lối mòn trơn sỏi đá
Khe suối rờn mênh mông
Rêu phủ chẳng vì mưa
Thông reo không phải gió
Đường trần ai đợi đó
Cùng ta mây trắng mơ,

Vọng Giáng Sinh

Xin chúc bạn hiền đầy ước vọng
Niềm vui dưới thế cõi bình an
Thương yêu hoan hỷ khơi dòng sống
Bác ái, từ bi hiện rõ ràng

Chúc những ước mơ thành hiện thực
Giáng sinh mừng đón ánh huy hoàng
Chiếu từ tâm thức đêm thần thánh
Năm mới hương thiền Xuân cũng sang

May you have an enlightened
Merry Christmas
And a paramita New Year, too.

Sacramento, mùa Giáng sinh 2010

Ngày Lên Bảy Tám

Ngày lên bảy tám xanh đời mới,
Mơn mởn hồn nhiên tuổi bí bầu,
Mẹ dặn lớn sầm đừng "đái mế"!
Thoáng qua chừ bảy chục năm sau...

Giao thừa mừng tuổi già bảy tám,
Quanh quẩn bạn hiền tám chín mươi!
Bà dặn ông đừng quên mặc tã,
Khôn qua già lú thế gian cười!

Quý Mão đầu năm ngày chủ nhật,
Nghỉ nhà ăn Tết dịp Trời cho,
Con cháu đầy đàn vui hạnh ngộ,
Việt Mỹ Tây Tàu nói xí lô.

Bà quên chìa khóa ông quên kính,
Vẫn mãi tìm trong túi chính mình.
Răng long đầu bạc như sương khói,
Càng thọ càng xa điệu lý tình!

Nhân sinh đa thọ thường đa nhục,
Vinh nhục chấp hoài chuyện thị phi.
Người khôn kẻ dại đều tóc bạc,
Chỉ khác tâm cầu nẻo thịnh suy.

Càng già như cỗ xe song mã,
Ngựa mỏi chân bon đường càng xa.
Cương giới về đâu tầm vạn dặm,
Lòng vòng cứ ngỡ đã bao la!

Nhớ nhớ quên quên hồn lãng đãng,
Bạn hiền tên cũ nhớ không ra.
Nói chẳng đầu duôi thành triết lý,
Viết không chương khúc hóa văn hoa.

Lão đến tài đi thường vẫn thế,
Lợi danh phủi bụi bám lưng đoài.
Mắt để hư không trông thế sự,
Tết về nghe tiếng nở hoa mai.

Sacramento - Mồng một Tết - Quý Mão 2023

Cám Ơn "Ơn Đu" (*)

Thế hệ computer

Thế giới mới Undo
Lỡ sai thì với lại
Sẽ quay về trơn tru
Gặp người thương dễ ghét

Ta nhắp chuột Undo
Ghét gơ toàn xóa hết
Thương yêu còn như xưa
Một mai người nằm xuống

Bằng hữu vào Undo
Hoàn hồn người sống lại
Đò ca cút chưa đưa
Cớ chi mà sợ hãi

Tay trắng nhắp Undo
Dẫu mất trắng đôi co
Tiền xưa về ví cũ
Không còn chi âu lo

Nhớ mỉm cười Undo
Bao giờ em lên lão
Nếp nhăn già biến mất
Má hồng tươi như xưa

Ước chi tình Undo
Đêm hương trầm có mẹ
Tóc trắng hồn thiên thu
Giao thừa Xuân viễn xứ.

Sacramento - Giao thừa Giáp Ngọ 2014

(*) "Undo" là mệnh lệnh trong chương trình máy vi tính. Nó xóa sự thay đổi cuối cùng mà người điều khiển đã làm trong tài liệu để chuyển trở lại tình trạng cũ trước khi xóa.

Đầu Năm Khai Khẩu

Vở quên, bút lạc thời vi tính,
Gõ ê a hai ngón phong trần.
Ôi những bạn già Xuân ngó lại,
Một chặng đời mất giữa bâng khuâng.

Hoa niên khai bút, già khai khẩu,
Bút mực cùn theo tuổi sáu lăm.
Tài hoa chi cũng tuồng hư ảo,
Mây trắng thoắt thành con chó xanh.

Cứ mỗi mùa Xuân cây đổi lá,
Kéo lê đời thành trụ hoại không.
Người chỉ có một lần là tất cả,
Một dòng xuôi Xuân Hạ Thu Đông.

“Mắt để mây trôi nhìn thế sự,
Mang thanh trường kiếm gió Thu lay.”
Nguyễn Du từ thuở nhìn sông núi,
Có khác gì chăng cuộc thế này.

Buồn vui con nắng không dừng lại,
Một ngày qua là một mảnh đời trôi.
Gặp nhau vung vít tung trời biển,
Hâm lại canh tàn mãi thế thôi.

Có ông hàng xóm trên đất Mỹ,
Ba chục năm ròng vẫn... rửa thê!
Đầu năm đạp đất kêu cho được:
"Già vui như bác cũng ô - kê!"

Năm mới nhưng lòng người vẫn cũ,
Nhắc đời vui cổ sử hẹn cơ đồ.
Nghe truyền hịch xuất quân chiều xứ lạ,
Sao vẫn còn lần hạt niệm Nam mô?

Chiều Cali Canh Dần mồng ba Tết,
Xứ Huê Kỳ đốt giấy tiễn đưa linh.
Chai rượu cúng tạ tình xin uống hết,
Ta tìm ta bỗng gặp hắn trong mình.

Napa, California mồng 3 Tết Canh Dần, 2010

Về Quê Ăn Tết

Xé đi tờ lịch cuối năm
Thời gian nửa cạn rượu tăm nửa đầy
"Tóc ông chừ bạc như mây,
Mười hai năm nữa ông đầy 80"

Về làng cháu nhỏ đành hanh nhắc
Ta thấy mùa Xuân bỗng xế chiều
Quê xưa người cũ đi đâu mất
Lặng lẽ cồn hoang mộ tịch liêu

Làng cũ người đông mà vắng bóng
Những o những chú thuở đời xanh
Trai thanh gái lịch giờ lên lão
Nhớ nhớ quên quên chuyện chính mình

Chắc gì còn gặp nhau lần nữa
Tay nắm bàn tay thuở búp măng
Gầy guộc tre tàn run ớn lạnh
Đồng tiền má lúm hóp da nhăn

Tuổi sáu tám về quê ăn Tết
Ba mươi năm gặp lại một lần
Cố nhen nhúm ước mơ tìm dĩ vãng
Lạc thời gian nên chỉ thấy bâng khuâng

Lau lách sông Bồ nước vẫn xanh
Có ai chờ đợi tắm hai lần
Hỏi người giặt áo trăm năm nữa
Vớt được gì trong bọt đã tan

Quá khứ qua rồi quên khỏi nhắc
Tương lai chưa tới ngoảnh đi thôi
Hiện tại vui lên không sẽ mất
Chờ vui ai biết thuở nào vui

Gặp nhau cứ kể như lần cuối
Nâng chén cười tan nỗi ngậm ngùi
Xuân chín hay tàn Xuân vẫn mới
Bán trăm buồn mua lấy một niềm vui.

Thôn Liễu Hạ - Mùa giáp Tết Quý Tỵ 2013

Vay - Trả

Vay

Đành
Tiễn nhau nhẹ vẫy tay chào
Quay lưng cố giấu giọt trào bờ mi
Biết là sẽ đến phân ly
Biết tôi rồi sẽ xuân thì tàn phai

Vui
Đêm về vui với âm thầm
Hàn huyên với bóng ngắm trầm tỏa hương
Nghe chim khóc tiếng đau thương
Nghe khua lá rụng bên vườn. Vâng, vui!

Trách
Đến chi mang bão đời nhau
Thức tôi ga nhỏ chuyến tàu người qua
Tim đau lần nữa mù lòa
Bờ mi rồi lại nhạt nhòa trách ai

Chi
Gọi nhau còn gọi nhau chi?
Chùng lòng tôi đã ù lì, tàn phai.
Đời tôi chừ như đêm dài,
Gọi nhau chi để sạn chai bỗng mềm.

Trả

Phiền
Say cũng phiền, tỉnh cũng phiền!
Chuông khuya chưa gióng canh thiền ngủ say.
Ai về vỗ một bàn tay,
Có chăng tiếng vọng phương này lãng quên.

Duyên
Giật mình... tự tại an nhiên,
Đón cơn gió lạ thổi miền phù vân.
Biết thân Tu giữa Bụi trần,
Lặng nghe tràng hạt xoay vần về duyên.

Yên
Tưởng rằng trăng đã ngủ yên,
Sao Hôm đã lặn bên triền sao Mai.
Sâm Thương từ độ vàng phai,
Sông sâu thành núi, còn ai gọi đò?

Thiền
Hò khoan, khoan hụi, khoan hò...
Đò đưa gác mái ghé bờ uống say.
Như như đối bóng cuộc đời,
Ba nghìn thế giới đất trời vô tâm!

New York City - Thu 1984

Thiền Thức

Làm sao mà nghe được
Tiếng vỗ một bàn tay
Làm sao mà biết được
Mây có nói với mây

Một bàn tay là gió
Một trời mây là mây
Biển trăng vàng cổ độ
Chảy mãi vẫn không đầy

Miền Phi Tưởng

Miền an trú ở nơi đâu
Là một cõi trời vô tưởng định
Xứ phi tưởng muôn năm rồi vắng lạnh
Rãi cồn hoang bao xác nghiệp tan tành

Là giấc mơ đời vĩnh cửu ở trong ta
Qua bờ bên kia đường có xa
Quá bến trả thuyền về bến cũ
Vác theo chi gánh nặng ta bà

Ôi những cơn say dầm mãn kiếp
Một nghìn năm trước rượu say đời
Nghìn năm sau nữa đời say rượu
Và cả nhân gian lảo đảo cười

Xuân qua rồi mới hiểu mùa xuân
Em yêu tình vẫn mãi trong ngần
Lắng lòng ta gặp em trong mắt
Men cháy lòng ta em thanh tân

Thời gian giục giã chia trăm néo
Nghe trong thăm thẳm dậy liên hồi
Trái tim mơ mộng vang mười sáu
Mới thoáng buồn vui đã sáu mươi

Nồng nàn hờ hững tình đâu biết
Giẫm xác đào mai xuân bước sang
Men sống đốt lòng ta bão liệt
Lửa tình chưa cháy hết vầng trăng.

Là Nó - Thằng Tôi

Cảm tác từ "Who is This" của Tagore

Nó chợt cười vu vơ trên vùng đất khó
Ký ức cỏ tàu mọc choán lối đi
Tôi nhớ mẹ xưa gánh đôi thùng cũ kỹ
Hai phần đời già quắt áo nâu thô

Cảnh đã khác nhưng nó còn đứng đó
Bám sương pha tóc bạc trắng trên đầu
Nắng trên tuyết lặn rồi chẳng biết về đâu
Tần ngần mãi cất giọng cười tủi hổ

Tôi lạ lẫm sao mình về với nó
Phí cả đời không trốn được trong ta
Ôi trời đất mênh mông triều đại ngã
Cho tôi xin gặp nó ở quan hà

Tôi bỗng sợ lạnh người run chợt nhớ
Nó Thằng Tôi là cái ngã chính trong tôi
Phải xa nó để quay về nguồn cội
Ta không ta tôi tái mặt nghi ngờ

"Trên trời dưới đất chỉ có ta là duy nhất!"
Cồ Đàm xưa thấy được Ngã trong ta
Nên gọi nó ngay phút đầu giáng hạ
Cả nhân thế hai nghìn sáu trăm năm sòng sã

Bảy tỷ người ai nhận diện chính trong ta
Tu là tâm sao chỉ toàn lợi danh hình tướng
Đường Phá Ngã vắng bóng người quy hướng
Áo đạo bào phơ phất khoác thây ma.

Sacramento - Mùa Phật Đản 2010

Xuân Quán Vô Thường

Biết đâu mình sống 100 năm
Thân củi mục hóa hương trầm
Ảo hóa đường đời bất tận
Kéo dài vô thủy vô chung

Biết đâu 80 mình chết
Bây giờ xế bóng 75
Năm năm làm chi cho hết
Khéo lo những chuyện xa tầm

Biết đâu sang năm mình chết
Hôm nay Thu mới sang mùa
Đông Hạ Xuân xanh trước mắt
Thì vui quên chuyện hơn thua

Biết đâu ngày mai mình chết
Chiều vàng thêm một đêm nay
Thời gian mất tăm biền biệt
Chén đưa chén tiễn vơi đầy

Biết đâu giờ sau mình chết
Đủ dài một chén hoàng hoa
Yêu thương không màng hơn thiệt
Cười vui ngấn lệ quan hà

Biết đâu giờ mình đang chết
Thiên thu nhất khứ sát na
Thì cứ cười vang quên hết
Niềm đau nỗi khổ Ta Bà

Thu sang lá rụng quán vô thường
Đông tới mưa về quán tuyết sương
Xuân quán ngàn hoa vô hữu tướng
Hạ về rực rỡ quán mười phương

Nhân gian đang sống là đang chết
Đang về xuôi mái nghĩa đang qua
Tử sinh vẫn gối đầu tương biệt
Không lại hoàn không ai là ta

Quán niệm bên trời hiên quán vắng
Thấy mình thành một sợi mây bay!

Sacramento - Đầu xuân 2023

Trí Tuệ - Trí Huệ

Lên chùa học hai từ Hán Việt:
"Trí Tuệ" và "Trí Huệ" nghĩa sâu.
Hai từ đều viết giống nhau,
Tuệ là trí biết, Huệ cầu hạnh tu.

Trí là óc thông tư hiểu rõ,
Tuệ là tâm thấu tỏ sâu xa.
Trí nhìn nghĩa lý quanh ta,
Huệ soi chân tướng chói lòa bên trong.

Đi trong ngữ cảnh đời thường,
Trí là sáng suốt tỏ tường trước sau.
Trong ngữ cảnh đượm màu thanh tịnh,
Huệ từ trong thiền định quán thông.

Bình tâm Trí Tuệ đại đồng,
Trí Huệ quán niệm tánh không 3 tầng:
Văn Tuệ nghe giảng kinh văn,
Tư Tuệ suy nghĩ muôn vàn tư duy.
Tu Tuệ nội quán diệu kỳ,
Văn - Tư - Tu ba hướng đi chung nguồn.

Trí tuệ nhân loại soi đường,
Trí huệ Bát Nhã đoạn thường hoàn không.

Về thuật ngữ mênh mông tiếng Phạn,
Từ tương đương trong Sanskrit & Pali:
Trí Tuệ ghi: Jñāna kiến thức,
Trí Huệ là: Prajñā - tuệ giác, ngộ thông.
Nhân gian TRÍ TUỆ đại đồng,
Bát Nhã TRÍ HUỆ khởi dòng chân nguyên.

Buổi trà đàm với Ôn Châu Lâm - Huế, Vu lan 1974

Bát Nhã Tâm Kinh

Nhớ Nguyễn Du:
Ngã độc Kim Cang thiên biến linh,
Kim Cang vô tự thị chân kinh.
(Nghìn lần đọc tụng tâm linh,
Kim Cang kinh thật là kinh không lời.)

Tâm kinh tụng từ thời niên thiếu,
Đọc nghìn lần chẳng hiểu quán thông:
Trần gian sắc sắc không không,
Cớ sao sắc cũng là không một đường.

Quán Tự Tại mười phương Bồ Tát,
Hành sâu mầu ngũ giác đều không.
Dứt lìa đau khổ thân tâm,
Bao năm đã lấm bụi hồng đeo mang.

Thân tứ đại mất còn tụ tán,
Cõi u minh tuyệt tận chẳng còn.
Không tăng giảm chẳng vong tồn,
Không thêm không bớt xác hồn đều không.

Huệ Bát Nhã cao thâm diệu vợi,
Tuệ nhân gian chưa tới tuyệt cùng,
Hão huyền mơ mộng buông lung,
Ba đời chư Phật tựu trung Niết bàn.
Giữ tâm thế hoàn toàn rỗng lặng,
Gate, gate, paragate...
Yết đế, yết đế, ba la tăng yết đế,
Qua đi, qua đi, đã qua bờ bên kia;
Đã về, đã tới... hoàn không,
Cả thuyền Bát Nhã tâm sông vắng rồi.

Chùa Châu Lâm, Huế, 12/2012
Cơm chay với thầy Thiện Phước và chị Bội Trân

Tánh Thật

Hoa nở mùa Xuân, ve kêu mùa Hạ
Mây trôi mùa Thu, mưa tím mùa Đông
Cây reo trong gió, tiếng gió trong cây
Tất cả dấy lên từ trái tim này

Như Lai diệt độ nghìn năm trước
Không đến không đi tự tại giữa đời
Vầng sáng thế là không còn bóng tối
Trải như như vô tướng vô hình

Ta hiện hữu còn có gì lưu dấu
Đợi chờ chi lãng đãng giữa u minh
Trên cây lá có vầng trăng ở lại
Thấy rỗng không tánh thật hiện quanh mình.

Sacramento, vào xuân 2010

Bồ Tát Xuống Trần

Tất cả Bồ tát đều đã xuống trần gian,
Làm hạnh nguyện sứ giả Như Lai thời mạt pháp.
Có duyên lành thì mới gặp hay phải gặp mới
có duyên...
Bồ tát khắp nơi sao ít người nhìn thấy.

Vì chỉ thấy chùa to tượng lớn,
Lễ hội huênh hoang khoa danh thu lợi,
Đất Phật là nơi hành đạo cúng dường.
Phật như trầm hương và Bồ tát như một kẻ
tầm thường,
Nên không có trong chùa và trên những điện
đài xưng tán.

Nhìn người bằng mắt trần nhìn Bồ tát mắt tâm:
Qua những đêm dài ngồi lặng yên;
Hành giả hiền nhân thì gọi là: Thiền!
Kẻ tâm động phàm phu gọi là... "phiền" cũng được.

Thiền và phiền đều do chấp trước.
Như người vừa thấy dòng nước,
Chưa biết nông sâu đã nghĩ tới đò.

Sáng mồng một tôi đi lễ chùa,
Tâm yên lặng như một tờ giấy trắng.
Còn quá sớm lặng lẽ chẳng thấy ai,
Sương dày quá nên tượng đài còn ngủ.
Tôi đi loanh quanh gặp một Bồ tát trên góc phố,
Hiện thân thành một ông già Mỹ trắng cực khổ.

Tôi hỏi ông đi đâu quá sớm thế,
Trời lạnh kiểu nầy bên ngoài âm độ.
Ông già nói ta đi lượm lon và chai ni lông,
Sợ đợi hơi trưa xe vệ sinh hốt hết.
Tôi hỏi sao ông không xin tiền trợ cấp,
Tiền cho tuổi già, kẻ tàn tật nước Mỹ thiếu gì.
Ông già nói xin làm chi ta dư tiền hưu trí;
Huy chương đầy mình xưa ta là đại tá
không quân,
Trưởng phi hành trong cuộc chiến Việt Nam.
Cuộc chiến đã tàn, ta làm từ thiện,

Nuôi lũ trẻ mồ côi bên đó hay ở đâu cũng được.
Ta lượm rác phế liệu mỗi tuần hai lần,

Bán đủ tiền cơm nuôi ba mươi đứa nhỏ.
Dăm bảy chục nghìn đô la sá chi mà chẳng có,
Nhưng ta muốn nuôi bằng tâm huyết của mình,

Như thân xác này cần nuôi một trái tim.
Mảnh lòng ta lũ nhỏ biết hay không ta chẳng để ý,
Nhưng miếng cơm manh áo cũng có năng lượng lành,
Sẽ gặp yêu thương mang cùng tần số.
Lòng đã ấm nên ta không sợ lạnh,
Quý yêu thương nên không sợ hận thù.
Ông Bồ tát nói rồi lom khom chạy đi.
Cho nhanh hơn xe hốt rác,
Cho kịp thời gian những hứa hẹn đợi chờ.
Bồ tát giữa đời có những giấc mơ...

Sacramento, chùa Kim Quang
Mồng Một Tết 1988

Mục lục

3

4

www.ingramcontent.com/pod-product-compliance
Lightning Source LLC
LaVergne TN
LVHW020204061026
849530LV00007B/71
9798869067043